कथा पांडुरंगा

डॉ. भारत भूषण

अनुवाद
परीक्षित सूर्यवंशी व जयश्री भोसले

VISHWAKARMA
PUBLICATIONS VP

कथा पांडुरंगा

KATHA - PANDURANGA
First published: August 2013 by HARINI

प्रथमावृत्ती : जून, २०१५

© डॉ. भारत भूषण

bharatbhushan@yahoo.com

अनुवाद : परीक्षित सूर्यवंशी व जयश्री भोसले

ISBN 978-93-83572-79-3

प्रकाशक
विश्वकर्मा पब्लिकेशन्स्
२८३, बुधवार पेठ, सिटी पोस्टाजवळ,
पुणे ४११ ००२
फोन नं. : ०२०-२०२६११५७/२४४४८९८९
ई-मेल : info@vpindia.co.in
वेबसाइट : www.vpindia.co.in

मुखपृष्ठ
अभिषेक दरेकर - विश्वकर्मा पब्लिकेशन्स्

अक्षरजुळणी व मांडणी
अभिषेक दरेकर - विश्वकर्मा पब्लिकेशन्स्

हरिणी

हरिणीच्या स्मरणार्थ (१९८७-१९९१)
तिच्या लहान यात्रेत आम्ही प्रसन्न झालो....

सिंबायोसिस®
प्रा.डॉ.शां.ब.मुजुमदार एम्.एस्सी.,पीएच्.डी.
संस्थापक व अध्यक्ष
(भारताचे राष्ट्रपती यांचेकडून 'पद्म भूषण' ने सन्मानीत)

मनोगत

सर्वसामान्य वारक–यांच्या जीवनाशी निगडीत 'कथा पांडुरंगा' हे पुस्तक आहे. पांडुरंगाचे भक्त आणि त्यांची निस्सिम भक्ती, त्यांचे आळंदी–देहू–पंढरपूर वारीमार्गक्रमण यावर आधारीत अध्यात्मिक अंतरंगाचा आनंद आणि अनुभूती देणारे पुस्तक सर्वांनाच आवडेल. कथांमधील संक्षिप्तपणा, सुलभपणा आणि कुणालाही भावणारी सहज सोपी भाषा हे या पुस्तकाचे वैशिष्ट्य आहे.

डॉ. भारत भुषण यांना मी अनेक वर्षांपासून जीववैज्ञानिक आणि विद्याशाखा प्रशासकीय अधिकारी म्हणून ओळखतो. त्यांची उल्लेखनीय बाब अशी की, सतत नाविन्याचा ध्यास घेऊन प्रत्येकाकडून तसेच आपल्या अवतीभोवती घडणा–या घटनांमधून नेहमीच शिकत राहणे. काही घटनांवर आपण कधीकधी विश्वासही ठेवत नाही आणि अनुभवांना तर शास्त्रोक्त आधारही नसतो. तरीही त्या घटनांकडे आपण सापेक्ष दृष्टीकोनातून पाहणे आवश्यक आहे. डॉ. भारत भुषण यांनी अशाच घटनांवर आधारीत लघुकथा लिहील्या आहेत.

'कथा पांडुरंगा' हे इंग्रजी भाषेतील सन २०१३ मध्ये प्रकाशित झालेले पुस्तक मी वाचले. ते खरोखरच वाचनीय आहे. इंग्रजी भाषेतील हे पुस्तक सर्वसामान्य भक्तांपर्यंत जावून पोहोचावे तसेच कथेतील अध्यात्मिक महत्व वारक–यांना त्यांच्या मातृभाषेतून अनुभवता यावे यासाठी हे पुस्तक मराठीतून प्रकाशीत करा असा मी त्यांचेकडे आग्रह धरला. आज हे पुस्तक मराठीतून प्रकाशीत होत आहे याचा मला मनापासून आनंद होतो.

या पुस्तकाचा मराठीतून अनुवाद ही सुद्धा एक अद्भूतकहाणी म्हणावी लागेल. मराठीतून या कथांचाअनुवाद करण्यासाठी एक वर्षाहून अधीक काळ डॉ. भुषण अनुवादकाचा शोध घेत होते. त्यात यश न आल्याने त्यांनी ही जबाबदारी सर्वस्वी पांडुरंगावरच सोपविली. पांडुरंगाच्या कृपेने आणि योगायोगाने श्री. परीक्षित सुर्यवंशी आणि सौ. जयश्री भोसले या दोन व्यक्ती त्यांच्या संपर्कात आल्या. त्यांना डॉ. भारत भुषण यांनी पूर्वी कधी पाहिलेही नव्हते. त्या दोन व्यक्ती व्यावसायिक अनुवादक असतील असे वाटणारही नाही. अशा दोन ध्येयनिष्ठ व्यक्तींनी 'कथा पांडुरंगा' या पुस्तकाचा अल्पावधीत आणि प्रभावी मराठी अनुवाद केला हे विशेष !

पांडुरंग भक्तांना पुस्तक आवडेल व ते इतरांनांही पुस्तक वाचण्याची शिफारस करतील याची मला खात्री आहे.

शां. ब. मुजुमदार

सेनापती बापट रोड, पुणे-४११००४. | फोन : ०२०-२५६५ २४४४ | फॅक्स : ०२०-२५६५ ९२०९
E-mail: sbmujumdar@symbiosis.ac.in | website: www.symbiosis.ac.in

लेखकाचे मनोगत

हे पुस्तक, त्यातील कथायांवर माझा अंकुश कधीच नव्हता. जेव्हा मी कथेला सुरूवात करायचो तेव्हा प्रत्येक वेळी ती स्वत:हूनच विकसीत होत गेली. या कथांमधील व्यक्ती आणि प्रसंग मला माहित नव्हते. मला फक्त ते ठिकाण, वारीतील घटना आणि अत्यंत अनुभवी व्यक्तींकडून वारीचे व्यवस्थापन कशा प्रकारे केले जाते याबद्दल थोडीशी कल्पना होती. कथांचे लेखन करतेवेळी काही प्रसंगी रहस्यमय वाटायचे. कथा पुढे काय वळण घेणार आहे याविषयी कुतुहल निर्माण व्हायचे. आता सुद्धा प्रत्येक वेळी जेव्हा मी या कथांच्या अंतरंगात परत जातो, तेव्हा मी अशी अपेक्षा बाळगतो की कदाचित या कथेतील प्रसंग वेगळ्या पद्धतीनेही व शेवट निराळाही होऊ शकेल.

मी काही अशा व्यक्तींना भेटलो की ज्यांनी या प्रत्येक कथेची सुरूवात होण्यासाठी काही प्राथमिक कल्पना सुचविल्या. या व्यक्ती कुणी विशेष व्यक्तीमत्वाच्या नसून दैनंदिन जीवन जगणाऱ्या सर्वसाधारण व्यक्तीच आहेत. या व्यक्ती आपल्या सर्वांहून निराळ्या नाहीत. त्यांच्या अनुभवाद्वारे या कथांना उत्तेजन मिळाले आणि त्या लिहिल्या गेल्या आहेत.

पांडुरंगाप्रती साधी सरळ भक्ती दर्शविणारे इतरही अनेक प्रसंग होते. या सगळ्या घटनांचे सिंहावलोकन केल्यानंतर मला असे वाटते की मला हे पुस्तक लिहिण्यावाचून दुसरा पर्यायच शिल्लक राहिला नाही. माझे पालक, नागभुषण आणि शारदा; आणि माझे आजी-आजोबा, रमाबाई आणि श्यामल रंगा भाष्यम, हे पांडुरंग विठ्ठलाचे आजन्म निस्सिम भक्त होते. या अद्वितीय अध्यात्मिक वारशामध्ये एक उल्लेखनीय बाब अशी आहे की, माझ्या पणजोबांचा जन्म भारताच्या दक्षिणेकडील कन्याकुमारी जवळील श्रीविलीपुत्तुर येथे झाला. त्यांचे नाव पूर्णपणे विठ्ठलाशी मिळतेजुळते, नील

माझे पालक
बी. एन. भुषण व शारदा (इंदूमती)

माझे आजी-आजोबा
रमाबाई व श्यामल रंगा भाष्यम्

मेघ श्यामला, असे ठेवले. ही गोष्ट माझ्यासाठी विस्मयकारक होती, जेव्हा मला हे कळेले की तामिळनाडू मध्ये श्रीविलीपुत्तुरजवळ पंढरीपुरम नावाच्या एका छोट्याश्या खेड्यात पांडुरंगाचे मंदिर आहे आणि बहुधा ते खूप जुने होते. सर्वसामान्यांच्या दृष्टीने पंढरीपुरम मधील पांडुरंग विठ्ठल हेच श्रीरंगमधील रंगनाथ आणि हेच द्वारकेचे श्रीकृष्ण आहेत.

पांडुरंग विठ्ठलाचा अध्यात्मिक परिणाम समजणे सोपे असले तरी त्याचे पूर्णपणे आकलन होणे अवघडच आहे. आषाढी एकादशीला जवळपास बारा लाख भक्तगणांचा, २५० पेक्षा अधिक वाऱ्या कितीतरी शेकडो किलोमीटरचा पायी प्रवास करून पंढरपूरला एकत्र येतात. ही वारी ते का करतात? याचा काही खुलासा आहे का? शास्त्रोक्त, वैज्ञानिक, भौतिक, आर्थिक किंवा सामाजिक? याबद्दल मी काही वारकऱ्यांना विचारले असता सर्वांचे उत्तर एकच होते.

याचा खुलासा देता येणार नाही. दोनशेपेक्षा अधिक किलोमीटरचा प्रवास करताना त्यांचे पाय आपोआप पुढे सरकतात, ते केवळ विश्वास आणि भक्तीच्या बळावर. जर

तुमची इच्छा नसेल तर हे आकलन होणे अवघड आहे. तुम्ही किमान एक दिवस जरी चालतात तरी ते समजणे खूप सोपे आहे. वारकऱ्यांसोबत तुम्ही एक तास जरी बसलात तरी ते तुम्ही सहज आत्मसात करू शकता.

हे पुस्तक पूर्ण करण्यासाठी मला ज्या सहकारी मित्रांनी, मार्गदर्शकांनी सहाय्य आणि उत्तेजन दिले त्यांचे आभार जर मी मानले नाहीत तर माझे सगळे प्रयत्न व्यर्थ ठरतील असे वाटते. मी त्यांना धन्यवाद देऊ इच्छितो. श्री. परीक्षित सुर्यवंशी, श्रीमती जयश्री भोसले, श्रीमती श्रद्धा तपस्वी-कुलकर्णी, श्री. राजाभाऊ चोपदार, प्राध्यापक सदानंद मोरे, श्री. समीर क्षीरसागर, श्रीमती स्वाती कामत, श्री. नेताजी आगलावे, श्रीमती स्मिता केदारी, श्रीमती अपर्णा कोंढरे, श्रीमती कविता यादव, श्री. अनिरूद्ध चावजी, श्री. शेखर रानडे, श्रीमती शीला चावजी, श्रीमती दिपाली आंबेकर, श्रीमती पद्मजा भोसले, श्री. राजीव साबडे, श्री. रत्नाकर नामदे, श्री. विष्णू चव्हाण, श्री. भरत शेरला, श्रीमती माधवी निगडे आणि श्रीमती प्रमिला जयराम नायडू.

कथा पांडुरंगा हे माझे इंग्रजी भाषेतील सन २०१३ मध्ये प्रकाशित झालेले पुस्तक सर्वसामान्य भक्तांपर्यंत जाऊन पोहोचावे तसेच त्यांच्या मातृभाषेतून अनुभवता यावी यासाठी हे पुस्तक मराठीतून प्रकाशित करावे म्हणून सिंबायोसिस आंतरराष्ट्रीय विद्यापीठाचे कुलपति व पद्म भुषण डॉ. एस. बी. मुजुमदार यांनी प्रबळ इच्छा प्रदर्शित केली. त्यांनी जर हा आग्रह धरला नसता तर हे पुस्तक मराठीतून अनुवादित झाले नसते. डॉ. मुजुमदार यांनाही मी धन्यवाद देऊ इच्छितो. तसेच श्रीमती शारदा दुबे यांनी हे पुस्तक लवकरात लवकर प्रकाशित करण्याची हमी दिल्यामुळे अतिशय कमी कालावधीत हे पुस्तक अनुवादित होऊन प्रकाशित करण्यात यश मिळाले आहे. यांचेही आभार.

आपापल्या धर्माच्या देवदेवतांच्या भक्तीमध्ये स्वतःला झोकून देऊ इच्छिणाऱ्या कुठल्याही व्यक्तीला हे पुस्तक मार्गदर्शक ठरेल अशी अपेक्षा आहे. विश्वास आणि स्वीकृती हे सार्वत्रिक आणि सामान्य आहे. त्यावर कुठल्याही एकाच देवतेचा किंवा एकाच धर्माचा विशेषाधिकार नाही. एकमेकांची भक्तीने सेवा करण्यातच खरी स्वीकृती आहे. अप्रमाणिकपणे वागण्यापेक्षा प्रामाणिकपणे वागणे अधिक सुलभ आहे आणि त्याद्वारे आपल्या देवतेचा स्वतःमध्येच शोध घेणे आवश्यक आहे, आणि खरंच ते अतिशय सोपेही आहे. त्याचे एकच रहस्य आहे. सुरूवात, अपयश आणि पुन्हा नव्याने सुरूवात…

कथा पांडुरंगा पुस्तकातील व्यक्तीरेखा मला प्रत्यक्ष भेटलेल्या आहेत. तसेच कथेतील काही प्रसंगही मी स्वत: अनुभवलेले आहेत. या व्यक्तीरेखांच्या भोवती, अनुभवलेल्या प्रसंगांच्या आधारे, मी मनातून काल्पनिक कथानक तयार करून लघुकथा लिहिल्या आहेत. या कथा चमत्कार मानू नयेत. या लघुकथा म्हणजे माझा पूर्ण स्वानुभव नसून त्यातील फक्त व्यक्तीरेखा मी अनुभवल्या आहेत व त्याभोवती कथा गुंफल्या आहेत. कथा पांडूरंगा मधील कथानक हे केवळ प्रसंगांचे प्रतिकात्मक स्वरूप आहे.

डॉ. भारत भूषण

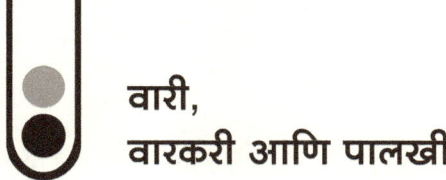

वारी,
वारकरी आणि पालखी

गेल्या ९०० हून अधिक वर्षांपासून खास महाराष्ट्राची, त्यातल्यात्यात दक्खनची आपली अशी एक परंपरा म्हणजे वारी! वारीतील विठ्ठलाच्या अनन्य भक्तांना वारकरी म्हणतात. परमेश्वर हेच अंतिम सत्य आहे आणि सर्व मानव समान आहेत ही त्यांची मूळधारणा.

पंढरपूरचा पांडुरंग विठ्ठल यांचे हे वारकरी साधारणत: वैष्णव भक्त असतात. महाराष्ट्र, कर्नाटक आणि आंध्रप्रदेश म्हणजेच कोंकण, सह्याद्री आणि दक्खनच्या भक्ती संप्रदायातून आलेले हे वारकरी विष्णूचा अवतार, कृष्णाचे एक रूप म्हणून पांडुरंग विठ्ठलाचा आदर करतात. संत ज्ञानेश्वर, नामदेव, तुकाराम, एकनाथ, चोखा मेळा यांसारख्या महान विठ्ठल भक्तांनी वारकरी संप्रदायाचा (चळवळीचा) पाया रचला आणि त्याला उत्तुंग शिखरावरही नेले.

वारकरी होण्यासाठी अपार भक्तीची गरज तर आहेच. पण त्याबरोबर कांही शिष्टाचारही पाळावे लागतात त्यांना, दारू, सिगारेट तर सोडावी लागतेच. पण पूर्ण शाकाहाराचे व्रतही पाळावे लागते. महिन्यातून दोनदा एकादशीचा उपवास करावा लागतो. लग्नापूर्वी मनावर पूर्ण ताबा ठेवून आचार विचारांत शुचिर्भूतता पाळावी लागते.

देहू आळंदीपासून पंढरपुरपर्यंत महाराष्ट्रभर जवळ-जवळ १000 किलोमिटर पर्यंत आंध्रप्रदेश, कर्नाटकापासून मध्यप्रदेशापर्यंत हे वारकरी साम्राज्य पसरलेले आहे. हे वारकरी आषाढी, कार्तीकी एकादशीपर्यंत पंढरपूरला पोहोचायचे ठरवून

एकत्र जमतात आणि पंढरपूरला प्रस्थान करतात. एकत्र मिळून प्रवास करतात, सारा वेळ भजन किर्तन आणि देवाचाच विचार करित ही मंडळी, टाळ मृदुंग वाजवीत देवाच्या काठया भगव्या पताका मिरवित चालत असतात. टाळ मृदुंग वाजवीत देवाच्या काठया व निशान मिरवित चालत असतात, स्विनयंत्रीत शिस्त पाळतात. खरंच वारी पहाण्यासारखीच असते.

ही वारी आषाढी एकादशीला पंढरपूर येथे पूर्ण होते. आषाढी एकादशी म्हणजे हिंदू कालगणनेनुसार आषाढ महिन्याचा अकरावा दिवस जो साधारणपणे जुलै महिन्यात येतो. प्रत्येक समूह आपल्या संताच्या समाधीस्थळापासून पालखीघेऊन पंढरपूरपर्यंत त्या पालखीसोबत चालत येतो. सद्यस्थितीत, अशा ५० हून अधिक पालख्या आहेत ज्या गेल्या २-३ शतकांपासून वेगवेगळ्या ठिकाणांहून पंढरपुराला दरवर्षी न चुकता येत आहेत. काळाच्या ओघात यांत आणखी २०० हून अधिक पालख्यांची भर पडली आहे त्यांनीही आपली स्वतःची अशी परंपरा प्रस्थापित केली आहे.

प्रत्येक वारीत आपल्या संताच्या प्रतीकात्मक स्वरूपातील पादुका असलेली एक पालखी असते. उदा. संत ज्ञानेश्वरांची पालखी. ही वारी त्या संताच्या ज्ञानोदय, मोक्ष किंवा समाधीस्थळापासून सुरु होते. जसे तुकाराम महाराजांची पालखी देहूहून आणि ज्ञानेश्वर महाराजांची पालखी आळंदीहून सुरु होते. या दोन्ही पालख्या एकमेकांना पुण्यात भेटतात आणि आपापल्या मार्गाने पुढे जात पुन्हा पंढरपूरला एकत्र येतात. प्रत्येक पालखीच्या वारीत भक्तांचे अनेक समूह असतात. या समूहांचे गट बनवले जातात त्यांना दिंडी असे म्हणतात. काही दिंड्या गेल्या २-३ शतकांपासून या महान यात्रेत सहभागी होत आल्या आहेत तर बाकीच्यांपैकी जास्तीजास्त या गेल्या ५०-६० वर्षांहून अधिक काळापासून आपली परंपरा जपत आहेत.

अर्थात, या मान्यताप्राप्त आणि शिस्तबद्ध दिंड्यांशिवायही असे अनेक समूह, व्यक्ती आणि गट असे आहेत जे पांडुरंगाच्या प्रेमापोटी स्वतंत्रपणे यात्रा करत, त्या विठुरायाच्या दर्शनासाठी पंढरपूरला येतात.

आज या महान यात्रेत सहभागी होणारे अनेक वेगवेगळे लोकसमूह आहेत. मोठ्या वारीत, संत तुकाराम महाराजांची पालखी आणि संत ज्ञानेश्वर महाराजांची पालखी यांत शिस्तबद्ध आणि वर्गीकृत केलेल्या अनेक संघटीत दिंड्या आहेत. स्वयंभू आणि मुख्यत्वे आपल्या अनौपचारिक वातावरणामुळे लोकप्रिय होत चाललेल्या अनेक दिंड्याही आहेत. या दिंड्या मुख्य दोन पालख्यांसोबत जातात किंवा स्वतंत्रपणे मार्गक्रमण करतात.

या सर्वांबरोबरच असेही अनेक लहान लहान समूह आहेत जे देहू आणि आळंदीहून पुण्यामार्गे पंढरपूरपर्यंतची संपूर्ण यात्रा करतात. काही मात्र कमी अंतराचा प्रवास करून परत येतात.

अंतरंग

पांडुरंगा विठ्ठला!!!
तिचे पाय साथ देत नव्हते... १९

पांडुरंगा विठ्ठला!!!
मी, एकटाच वारकरी... २९

पांडुरंगा विठ्ठला!!!
पादुकांकडे ती लहान मुलगी पळाली... ३९

पांडुरंगा विठ्ठला!!!
मी पंढरपूरला जाणार नाही ... ४९

पांडुरंगा विठ्ठला!!!
विणाधारी पांडुरंग... ५९

पांडुरंगा विठ्ठला!!!
आता तुम्ही आमचे आहात... ६९

पांडुरंगा विठ्ठला!!!
आपल्या लाडक्या पांडुरंगाकडे... ७९

पांडुरंगा विठ्ठला!!!
पांडुरंगाला माझी अनुपस्थिती लक्षात येते का?... ९१

देवाचिये द्वारीं उभा क्षणभरी ।
तेणें मुक्ति चारी साधियेल्या ।।१।।

हरि मुखें म्हणा हरि मुखें म्हणा ।
पुण्याची गणना कोण करीं ।।२।।

असोनि संसारीं जिव्हे वेगु करीं ।
वेदशास्त्र उभारी बाह्या सदा ।।३।।

ज्ञानदेव म्हणे व्यासाचिये खुणे ।
द्वारकेचे राणे पांडवांघरीं ।।४।।

- संत ज्ञानेश्वर

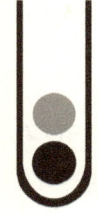

पांडुरंगा विठ्ठला!!!
तिचे पाय साथ देत नव्हते...

ती थांबली. तिचे पाय पुढे जात नव्हते. तिने तिच्या पायांना मनात विचारले, ''अरे हा पालखीचा पहिला दिवस. आताच आपण आळंदी सोडली, एवढसं चालून लगेच थांबलो. माझी साथ दे रे बाबा! अजून २0 दिवस चालायचं आहे.'' सोबत चालणा-या माधवीला तिने सांगितले,''हे बघ, माझे म्हातारे पाय माझी साथ देत नाहीत.'' सर्व महिला भाविक असलेली तिची दिंडी दरवर्षी तिच्या जिवलग ज्ञानोबाच्या पादुका घेऊन चालणाऱ्या रथाच्या पुढे असते. उत्साहाने काठोकाठ भरलेल्या सर्व महिला भाविक झपाट्याने पुढे जाण्यासाठी आतुर होत्या. तिची ही विसावी वारी होती. आतापर्यंत वारीतील तिच्या उत्साहाला आणि शक्तीला कधीच मर्यादा पडल्या नव्हत्या. आपल्या दिंडीतील सर्वांत वेगवान मंडळींबरोबर ती सहज चालू शकत असे. पण हे वर्ष मात्र खूपच वेगळे आणि अवघड दिसत होते. तिचे हृदय, तिचे शरीर आणि तिचे पाय तिच्या मनातील उत्साहाची बरोबरी करण्याएवढे सक्षम राहिले नव्हते आणि हीच तिची समस्या होती.

नेहमीप्रमाणे, वारी सुरु होण्यापूर्वी दोन दिवस तिने उपवास केला होता, गेल्या वीस वर्षांपासूनचा तिचा नियम होता तो! आळंदीहून पुण्याकडे चालायला तिने सुरुवात केली पण थकवा आणि अशक्तपणा यांना तोंड देणे तिला जड जाऊ लागले. दरवेळेप्रमाणे देहू, आळंदी आणि पुण्यादरम्यान दिंडीबरोबर गर्दी खूपच वाढली होती आणि बराचसा बेशिस्तपणाही त्यात दिसत होता. परंतु दिंड्या मात्र अत्यंत शिस्तबद्ध पद्धतीने चालल्या होत्या.

आज तिचे पाय जणू तिचा विश्वासघात करत होते. वेदना असह्य होत होत्या.

इतरांच्या बरोबरीने चालणे तिला अशक्य होत होते. हा वारीचा पहिलाच दिवस, आपण आषाढी एकादशीपर्यंत पंढरपूरला पोहचू शकू का ही शंका तिला निराश करत होती. आपल्या जीवश्चकंठश्च सख्याचे, पांडुरंगाचे दर्शन यावर्षी आपल्याला घेता येईल की नाही या विचाराने तिच्या मनाची घालमेल होत होती.

ती स्वत:शीच म्हणत होती – विठ्ठला, माझ्या जीवाच्या जिवलग सख्या, माझ्या म्हाताऱ्या पायांना, माझ्या थकलेल्या आणि वाकलेल्या शरीराला पंढरपूरपर्यंत पोहचायला मदत करशील ना रे? आपल्या दिंडीतील वारकऱ्यांचा उत्साह पाहून तिला भीती वाटत होती, पहिल्याच दिवशी आपण असे कमजोर पडलो आहोत असे दिसले तर.......तर तो मोठा अपशकून मानला जाईल. म्हणून ती विठ्ठलाची आळवणी करत राहिली.

तिचे मन तिला चालायला बजावत होते परंतु पाय साथ देत नव्हते. माधवीकडे पाहून तिने म्हटले,''मला चालता येत नाहीये गं, मला भीती वाटतेय, आज पहिलाच दिवस.''

माधवी त्यांच्याकडे आश्वासक नजरेने पहात म्हणाली,''अहो ताई ! कशाला काळजी करता? तुमची वारी पूर्ण होणारच बघा. जरा थोडी विश्रांती घ्या. मग गाठूया पुढे गेलेल्यांना. हळूहळू जाऊया. तुझ्या पायांना आणि शरीराला थोडासा गंज लागलाय. सुरुवातीचे फक्त २–३ दिवस दु:खतील ते.'' तिचे हे शब्द ऐकून या म्हाताऱ्या आईला धीर आला. आपल्या पायातल्या वेदना सहन करत आणि ''जय जय रामकृष्ण हरी, जय जय रामकृष्ण हरी'' म्हणत ती चालायचा प्रयत्न करू लागली. परंतु पाय ऐकायला तयार होईनात. ती पुन्हा माधवीकडे वळली आणि म्हणाली ''विठुमाऊली कृपा करील. मला शक्ती देईल पण आता मी चालू शकत नाहीये. मी कुठेतरी थांबते आणि थोडावेळ विश्रांती घेते. मी येईन तुझ्यापर्यंत नंतर. आज रात्री आपण सगळे पुण्याला मुक्काम करणार आहोत ना?''

माधवीने होकारार्थी मान हलवली आणि म्हणाली,''पुण्याला आपण नेहमी ज्यांच्या घरी थांबतो तेथे ये. तेथे तुला आज रात्री विश्रांती घेता येईल. जर तू येऊ शकली नाहीस तर कोणाची तरी मदत घे आणि मला माझ्या मोबाईलवर फोन कर.

काळजी करू नकोस.'' थोडा धीर मिळाल्यावर ती शिस्तबद्ध चालणाऱ्या दिंडीतून बाहेर पडली, एका बसस्टँडवर आली आणि त्याच्या शेडखाली बसली. येथे थोडा आराम मिळाल्यावर तिला खूपच बरे वाटले.

काल आणि परवा पाऊस पडून गेला होता आणि आता पाऊस येण्याची कोणतीच चिन्हे दिसत नव्हती. पण पाऊस आला तर बरे होईल, त्यामुळे आपली शक्ती आपल्याला परत मिळेल असे तिला वाटले. तिला बालपणाचे दिवस आठवले. 'गाऱ्या गाऱ्या भिंगोऱ्या' म्हणत आजुबाजुच्या मुलींबरोबर धुमधार पावसांत भिजायला खूप आवडायचे तिला. कोणी रागवायचेहि नाही. तिचे मन भूतकाळांत गेले. त्यावेळचे तिचे बहुतेक मित्रमंडळ एव्हाना वैकुंठाला पसार झाले होते. त्यापैकी कोणी हयात असल्याचे तिला काही आठवेना. म्हणजे, ब्याऐंशी वर्षाची ती एकटीच जिवंत? हे विठठला!. आपण फक्त ब्याऐंशीच वर्षांच्या आहोत या गोष्टीच तिला नवल वाटलं, कारण आपल आयुष्य त्यापेक्षा खूप अधिक असल्याचं तिला जाणवत होते.

शिस्तबद्ध पद्धतीने जाणाऱ्या दिंड्या, उंच धरलेल्या पताका आणि अभिमानाने फडकणारे त्यांचे ध्वज! तिने वारीला जातांना पाहिलं. हा पहिलाच दिवस होता, सर्व यात्रेकरू उत्साही आणि आनंदी दिसत होते, झपाझप चालत होते. रस्त्याच्या बाजूला खूप गर्दी जमली होती. इतर काही भाविक मंडळी बसस्टँडवर बसली होती त्यातील एकाने उठून या माईला जागा दिली. त्यांना माहित होते की ही वारकरी आहे. ज्या तरुणाने तिला जागा दिली त्याला आपल्या कृतीचा अभिमान वाटत होता.

तिला जाणीव झाली, इतकी वर्षे झाली, वारीत मी कधीच इतकी थकले नाही जितकी आज थकले. बऱ्याच वर्षांत तिच्या बालपणीच्या मित्र-मैत्रिणींची आठवण तिला आली नव्हती. आज मात्र तिला आपण सगळे ८-१० वर्षांचे असतांना कसे आनंदी, उनाड होतो, कोणतीच काळजी नाही, कोणाची भीती नाही, खेळणे असो कि उपद्व्याप सगळे कसे एकजीव, बरोबरीने एकमेकांसोबत असायचो, हे आठवत होते. या आठवणीचेही तिला आश्चर्य वाटले. तिला त्या सगळ्यांची नावे एका मागून एक आठवू लागली. पण आश्चर्य म्हणजे तिला आपले सवंगडी लहानपणी कसे होते

तेवढेच आठवत होते, ते मोठे झाल्याचे, त्यांची लग्ने झाल्याचे, त्यांना मुलेबाळे झाल्याचे काहीच आठवत नव्हते.

काय विचित्र असतात ना आठवणी पण! ती स्वतःशीच म्हणाली. काही गोष्टी आपल्याला चांगल्या आठवतात आणि काही घटना किंवा माणसे आपल्या स्मरणातून अगदी पुसली जातात. तिला नवल वाटलं, आपण विसरतो तरी कस बर? ती आपल्या विचारात मग्न असतांना एक मुलगी, जवळपास ८ वर्षांची, वारकऱ्यांना पुण्याकडे जातांना पाहणाऱ्यांच्या गर्दीतून तिच्याकडे चालत आली. ती मुलगी काही लोकांकडे पाहत नसावी कारण ती सरळ या माईकडेच चालत आली.

माईने त्या मुलीच्या कपड्यांकडे पाहिले, ते वेगळेच होते, आजकालच्या तिच्या वयाच्या मुली घालतात त्यापेक्षा खूपच वेगळे! तिने स्वतःशीच आश्चर्य व्यक्त केले – हे कपडे खूप जुन्या फॅशनचे वाटत होते.

ती मुलगी सरळ चालत तिच्याकडे आली आणि हसली. तिलाही तिचे कौतुक वाटले आणि तीही तिच्याकडे पाहत हसली. त्या मुलीने आपले दोन्ही हात रखुमाईसारखे आपल्या कमरेवर ठेवले आणि म्हणाली,''का गं काशे, इथ का बसलीया? त्यांच्या सोबत चालत का नाहीस? तिला त्या मुलीचे शब्द ऐकून धक्काच बसला, हिला माझे नाव कसे माहित झाले? आणि काय धीट आहे ही सरळ येऊन विचारतेय, इथ का बसली म्हणून? बरीच उद्धट दिसते ही बया! काशीने म्हणजेच या म्हाताऱ्या माईने मग तिला विचारलं,''तुला माझं नाव माहित आहे? कोण तू?'' ती मुलगी म्हणाली,''हे काय काशी! विसरलीस तू मला? इतकी कशी विसरभोळी तू? अग, मी जना, तुझी बालमैत्रिण आठव जरा. आपण शाळा चुकवून चिंचा गोळा करीत असू. जरा नीट पहाना माझ्याकडे.''

काशीने त्या मुलीकडे निरखून पाहिले. आपल्या स्मरणशक्तीला ताण दिला. हो! ही खरंच जनासारखीच दिसते आहे. मग तिला लहानपणीचा इतक्या वर्षांचा त्यांचा सहवास आठवला. तिने त्या मुलीला विचारले,''तू इथे कशी आली? आणि तेही या वेळी? तुही वारीमध्ये चालते आहेस का? मी खूप थकले होते. वारीतल्या वीस

वर्षांमध्ये आज पहिल्यांदा इतकी थकले बघ! आज माझे पाय माझं एक ऐकेनात, हरले मी त्यांच्या पुढे!''

८ वर्षांची जना म्हणाली,''काय गं काशी, अस काय बोलतिया? आपल्या सगळ्या मैत्रिणींमध्ये सगळ्यांत जास्त उत्साही होतीस तू! तुला आठवतंय, ७५ वर्षांपूर्वी जेव्हा आपल्या गावात पहिल्यांदा रेल्वे आली तेव्हा तू त्या रेल्वेच्या बरोबरीने धावली होतीस? आम्ही कोणीही तुझी बरोबरी करू शकलो नव्हतो! आणि आता तू म्हणतेस कि तू चालू शकत नाही? चल, मी तुला मदत करते. तुझे पाय दुखताहेत ना? ये इकडे, मी जरा मालीश करते.''

काशीही त्या आठवणीने हसली. खरंच धावली होती ती त्या रेल्वेसोबत! त्या काळात गावात येणारी रेल्वे बरीच हळू धावत असे आणि एखादा त्यांच्याबरोबरीने पळू शकत असे. पण आज नाही. दुसऱ्या मुलीही धावल्या होत्या पण तिची बरोबरी कोणीच करू शकले नव्हते. ती जनाला म्हणाली,''जना, मला खरंच हे काही आठवत नव्हत. केवढा काळ गेला! मी काही आता ७५ वर्षांपूर्वीची काशी राहिलेय का? पण तुला हे सगळ इतक्या वर्षांनीही आठवतंय! आजकाल मला जरा जास्तच थकवा जाणवतो. आज वारीचा पहिलाच दिवस असतांनाही मला माझ्या दिंडीसोबत राहता आले नाही. आता अर्धा तास झाला इथे बसलेय पण पाय काही दाद द्यायला तयारच नाहीत.''

जना फुटपाथवर काशीच्या पायांजवळ बसली आणि काशी माईचा एक एक पाय चोळू लागली. तो स्पर्श अवर्णनीय होता! या जगातील कोणत्याच अनुभवाशी त्याची तुलना करता येणार नाही! काशीच्या पायांतील वेदना हळूहळू कमी व्हायला लागल्या. त्यांच्या बाजूला असलेल्या आणि हा सर्व प्रकार कौतुकाने पाहत असलेल्या एका बाईने आपल्या मुलाकडे पाहिले आणि त्याला सांगितले कि धावत जा आणि एक छोटी खोबरेल तेलाची बाटली घेऊन ये. आणि तुझ्यापेक्षा जास्त समंजस असलेल्या त्या मुलीकडे दे! त्या मुलाने आईच्या आज्ञेप्रमाणे तेलाची बाटली आणून जनाकडे दिली.

त्या मुलाचे आभार मानत जनाने ते तेल काशीच्या थकलेल्या पायांना आणि

भेगाळलेल्या तळव्यांना लावले आणि हळूहळू त्यांची मालिश केली. काशी प्रेमभरल्या नेत्रांनी जनाकडे पाहत राहिली. गतकालातील आठवणींनी तिच्या मनात गर्दी करायला सुरुवात केली. त्या सगळ्या किती आनंदी होत्या. जना, काशी, गोदा, कृष्णा, सरू आणि भागा. जनाला एक मोठा भाऊ होता, रामदादा! त्या सगळ्या त्याला रामदादा म्हणायच्या. तिने जनाला विचारले,''का गं जना, तुझा मोठा भाऊ, रामदादा कसा आहे? कोठे असतो तो आता?''

पायाला तेल चोळत जना म्हणाली''माझा दादाना? त्याचे लग्न झाले. त्याच्या मुलीचेहि लग्न झाले. तिला पुण्यात दिली. इथे बसली आहे ना, ती रामदादाची मुलगी आणि तेल आणून दिलेला तिचा मुलगा. मी इथे वरचेवर येते. आम्ही २० वर्षे, यादिवशी, येथे उभे राहून तुझ्या येण्याची वाट पहात रहातो. आम्हा सगळ्यांना तुझा फार अभिमान वाटतो. रामदादा १० वर्षापूर्वीच वैकुंठाला गेला. त्याला तुझा फार अभिमान वाटायचा. माझ्यापेक्षाही जास्त.''

''तो तुझ्याकडे बोट दाखवून म्हणत असे, बघ, बघ ती काशी कशी झपाझपा चालली आहे! रेल्वेलाही मागे टाकणारी, ती आपली काशीच! यानंतर तो दरवर्षी अगदी न चुकता मला म्हणत असे, तू तिच्यासारखे कधीच चालू शकणार नाही ना जना? हा पोलिओ तुला चालू देणार नाही. त्यावेळी आपल्याला या आजाराबद्दल माहिती नव्हते हे केवढे दुर्दैव आपले!''

बाजूला उभी असलेली बाई म्हणाली,''काशीबाई, खरंच आम्हाला तुझा खूप अभिमान वाटतो. फक्त वारीच्या पहिल्या दिवशीच माझी जना आत्या आम्हाला भेटायला येते. ती तुला पाहत येथे उभी राहते आणि तुला चालतांना पाहिले कि तिचा उर अभिमानाने भरून येतो. तुझी तुझ्या दिंडीशी ताटातूट झाली म्हणून चिंता करू नकोस, माझा मुलगा तुला गाडीवर सोडेल आणि जनाही येईल तुझ्याबरोबर, ते तुला बरोबर तुझ्या दिंडीत नेऊन सोडतील बघ!''

तो तरुण मुलगाही लगेच आपली मोटारसायकल घेऊन आला. तेवढ्यात जनानेही घोषणा केली,''घ्या काशीबाई, आता तुमचे पाय अगदी तरुणांसारखे झाले आहेत! आता मी तर काही तुझ्यासारखी चालू शकत नाही पण मी गाडीवर

बसून तुझ्यासोबत येऊ शकते. चल आम्ही तुला तुझ्या दिंडीत गाडीवर नेऊन सोडतो. ही खोबरेल तेलाची बाटली असू दे तुझ्याजवळ, पुन्हा गरज पडलीच तर वापरायला.''

काशीला अत्यानंद झाला. तिने रामदादाच्या मुलीची गळाभेट घेतली आणि ती मोटारसायकलीकडे निघाली. जना आधीच त्या मुलाच्या मागे बसली होती, काशी जनाच्या मागे बसली. त्याने त्या चालणाऱ्या गर्दीतून हळूहळू गाडी पुढे नेली, कोणीही त्याला काहीही म्हटले नाही कारण लोकांना दिसत होते कि तो एक म्हाताऱ्या वारकरी बाईला मदत करतोय. अनेकांनी त्याला त्याच्या या सत्कर्मासाठी मनोमन आशीर्वादही दिले. काही मिनिटांतच ते ज्ञानबाच्या मुख्य रथाच्या पुढे आणि नंतर सर्व-महिला दिंडीच्याही पुढे आले. त्या मुलाने मग आपली गाडी थांबवली. काशी खाली उतरून रस्त्याच्या कडेला उभी राहिली. काशीने आपल्या दिंडीला येतांना पाहिले आणि तिच्यात जाण्यासाठी उभ्या गर्दीतून पुढे पाउल टाकले.

त्या मुलाचे आणि जनाचे आभार मानण्यासाठी तिने मागे वळून पाहिले पण तिला तो मुलगा, जना आणि मोटारसायकलही कोठेच दिसले नाहीत. तिची दिंडीही जोरात पुढे चालली होती. तिला वाटले, ते कदाचित पुढेच गेले असतील कारण पोलिसांनी त्यांना मागे वळायला मज्जाव केला असेल. परंतु तिला पुढेही ते दिसलेच नाहीत. दिंडीतल्या तिच्या तरुण मैत्रिणीला तिला इतक्या लवकर दिंडीत परत आलेली आणि इतक्या उत्साहाने चालत असलेली पाहून आश्चर्य वाटले. पण तिने तिला एकही प्रश्न विचारला नाही. ही ज्ञानबाची वारी होती, आणि ते सगळे पांडुरंग विठ्ठलाला पाहायला चालले होते!!!! वारीत कोण कोणाला काय विचारणार?.....

जेथें जातों तेथें तूं माझा सांगाती ।
चालविसी हातीं धरुनियां ।।१।।

चालों वाटे आम्हीं तुझा चि आधार ।
चालविसी भार सवें माझा ।।२।।

बोलों जातां बरळ करिसी तें नीट ।
नेली लाज धीट केलों देवा ।।३।।

अवघें जन मज जाले लोकपाळ ।
सोईरे सकळ प्राणसखे ।।४।।

तुका म्हणे आतां खेळतों कौतुकें ।
जालें तुझें सुख अंतर्बाहीं ।।५।।

– संत तुकाराम

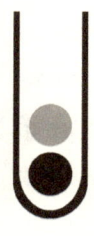

पांडुरंगा विठ्ठला!!!
मी, एकटाच वारकरी...

कढईतल्या भज्यांचा खमंग वास मस्त दरवळला होता. गणेशने झा-याने भजी वर खाली करत दूरवर नजर टाकली. सासवडकडे जाताना वारी हडपसरनंतर दिवे घाटाच्या चढणीवर येणार दरवर्षीप्रमाणे म्हणून तर एवढी घाई. सगळया मिठाया तर तयार आहेत. गणेशने आपल्या दुकानावर एकवार नजर टाकली. कशाची कमतरता नाही. वर्षानुवर्षे गणेश त्याच्या आधी त्याचे वडिल, आजेपणजे या ठिकाणी वारीच्या वाटेवर ५/६ दिवस आधी येऊन आपली आपली खादयपदार्थांची टपरी उभारत. साखुरी हून सातजण पुरंदरच्या टेकडया उतरून एकदा खाली उतरले नी आपल्या पदार्थांची दुकाने टाकली. वारक-यांनी त्यांना उदंड प्रतिसाद दिला. तेव्हापासून तो एक पायंडाच पडून गेला. वारी येण्यापूर्वी ५-६ दिवस आधी यायचे, साफसफाई करून आपले छोटेसे हॉटेल उभारायचे आणि मस्त मस्त तिखट गोड पदार्थ, ताजेताजे वारक-यांना खावू घालयाचे. वारक-यांची सेवा म्हणजे पांडुरंगाचीच सेवा.

गणेशचे दुकान म्हणजे एक अगदी साधारण टपरी होती, जवळजवळ एखाद्या झोपडीसारखीच! पत्र्याचे छत, एका रांगेत लावलेल्या किराणा मालाच्या गोण्या, थोड्याशा अंतरावर एका वेगळ्या शेडखाली तेलाचे डबे, हे म्हणजे भांडार घर! कोणतीही वस्तू कुलुपबंद केलेली नव्हती कारण गणेशचे आबा सांगायचे या सगळ्याचा आधार श्रद्धा आणि विश्वास आहे. जर तुमचा इतरांवर विश्वास नसेल तर वारीचा भाग होण्याचा तुम्हाला काहीच अधिकार नाही, मग तुम्ही वारकरी असा वा नसा!

दिवे घाट पार करून सासवड आणि पुरंदरकडे यायला वारीला अजून दोन दिवसांचा अवकाश होता. कोसळणारा पाऊस, निसरडे रस्ते आणि अरुंद वळणे असलेला हा एक उभा चढ आहे. दोन दिवसांनी जवळजवळ पाच ते सहा लाख वारकरी व भक्त हा चढ चढतील. परंतु आज सारं काही शांत होतं. रोडवर कोणीच नव्हतं. पोलीस रहदारीचे नियंत्रण करीत असतील आणि रोडवर त्यांची करडी नजर असेल हे माहित असल्याने नियमित रहदारी बरीच रोडावली होती. गणेश पुढच्या ४-५ दिवसांच्या स्वयंपाकाचे नियोजन करण्यात व्यस्त होता. वारकऱ्यांच्या मदतीला असलेली वाहने मुक्कामाच्या ठिकाणी पुढे येऊन तंबू आणि स्वयंपाकघरांच्या उभारणीला लागतील आणि वारकरी मंडळी येण्याच्या एक दिवस आधी स्वयंपाकाला सुरुवात होईल.

गणेश एकटाच आपल्या टपरीत अशीच राहिली साहिली कामे आवरत होता. त्याचे मित्रही त्यांच्या त्यांच्या खाऊ टपरीत अशीच कामे करत होते. आज काहीच धंदा होणार नव्हता परंतु पुढचे पाच दिवस मात्र मान मोडेस्तोवर काम करावे लागणार होते. लवकरच संध्याकाळ झाली. आता दिवेघाटातील रहदारी जवळजवळ लुप्त झाली होती. गणेशची सर्व तयारी झाली होती आणि तो आपल्या टपरीत एकटाच बसला होता.

तुरळक वाहनांचा आवाज सोडला तर बाहेर निरव शांतता होती. पुढच्या काही दिवसांत मिळणाऱ्या अन्नाच्या आशेने आलेली कुत्री देखील अगदी चिडीचूप पडली होती. प्रत्येक हॉटेलसमोर २-३ कुत्र्यांनी ठाण मांडले होते, जणू आपापले क्षेत्र धरून ठेवले होते. गणेशचे लक्ष त्याच्या टपरीसमोरील त्या कुत्र्यांकडे गेले, ती स्वच्छ आणि प्रफुल्लित दिसत होती. आता पुढचे काही दिवस तो स्वयंपाक करत असतांना त्याला खरी सोबत करणारे हेच त्याचे साथीदार असणार होते.

गणेश असा विचार करत असतांना, एक **SUV** गाडी दिवे घाटातून खाली आली आणि रस्त्याच्या पलीकडे असलेल्या धाब्याच्या गेटमधून आत गेली. गाडीचा मालक आणि त्याच्या सोबतचे दोन जण गाडीतून उतरून धाब्याकडे जायला निघाले. त्यानंतर एकटाच वारकरी गाडीतून उतरला, त्याने चालकाचे आभार मानले आणि त्या धाब्याच्या गेटमधून तो बाहेर आला. गणेशला वाटले, यांनी

नक्कीच आपली वारी गाठण्यासाठी सासवड जवळून लिफ्ट घेतली असेल. तो त्या वारकऱ्याकडे कुतूहलाने पाहत राहिला. 'जर यांना वारी गाठायची असेल तर आज रात्रीच कसेही करून जेथेकोठे त्यांची दिंडी थांबली असेल तेथे जावे लागेल.'

वारकरी इकडे तिकडे पहात तिथेच घुटमळला पंढरपूरला जाणारा कोणी भेटतो का याची वाट पहात. गणेश तिकडे पहातच होता. त्याला वाटले, वारक-याने वारी गाठण्यासाठी सासवडहून जीपची लिफट घेतली असणार बिचारा रात्री कुठे जाईल? त्याचा अस्वस्थ काळजी भरला चेहरा पाहून गणेशने हात उंचावून त्याला आपल्या दुकानात बोलावले. रस्ता ओलांडून वारकरी त्याच्या दुकानात आला. ''ओम रामकृष्ण हरी या माऊली'' गणेशने स्वागत केले. ''माऊली थोडा वेळ इथे थांबू का? जरा विश्रांती घेईन म्हणतो''

''अवश्य यावं माऊली; विचारायचं काय त्यात? विठूरायाच्या आज्ञेनं तर ही सारी दुकानं भक्तांच्या सेवेसाठी तत्पर आहेत'' वारकरी हॉटेलमध्ये आला आणि दाराजवळच्या लाकडी बाकावर बसला. बाहेर बसलेली तीन कुत्रीही काही खायला मिळेल या आशेने दाराजवळ येऊन बसली. बाहेर सारखा रिमझिम पाउस पडत होता आणि ती सगळी ओली झालेली होती. गणेशने एक वापरलेले पोते दाराशी अंथरले आणि त्यावर हात आपटला. कुत्र्यांनाही त्याचा इशारा समजला आणि ती दारातून आत त्या पोत्यावर येऊन आरामशीर बसली.

हे पाहिल्यावर वारकरी म्हणाला,''खरंच. हे सुद्धा भगवंताचच कार्य आहे!'' दुपारचा काही स्वयंपाक उरलेला होता. गणेशने तो गरम केला आणि त्या वारकऱ्याला आपल्यासोबत जेवायला घेतले. कुत्र्यांकडून कोणताही व्यत्यय न येता, ते दोघे शांतपणे जेवले. नंतर गणेशने काही चपात्यांचे तुकडे केले, ते उरलेल्या अन्नात कालवून एका वर्तमान पत्रावर तीन भाग करून त्या तीन कुत्र्यांसमोर ठेवले. त्यांनी ते शांतपणे परंतु आतुरतेने खाल्ले. या दरम्यान गणेशने दोन कप चहा केला, त्यातला एक कप वारकऱ्याला दिला. त्यानेही तो आनंदाने स्वीकारला कारण बाहेर सतत वाढत चाललेल्या पावसात चहा गरजेचा होता.

गणेश म्हणाला,''माउली, पाऊस सारखा कोसळतो आहे, आणखी वाढण्याची चिन्हे दिसताहेत. काळोखही दाटलाय, अशा वाढत्या अंधारात आणि पावसात दिवे घाटातून येणाऱ्या वाहनाला थांबवणे अवघड आहे. रातच्याला येथेच थांबून जावा, मलाही सोबत होईल. वाटल्यास पहाटेच निघा आणि पुण्याला आपली दिंडी गाठा, त्यांनी हडपसरकडे निघण्यापूर्वीच.'' वारकऱ्याने होकारार्थी मान डोलावली आणि म्हणाला,''राम कृष्ण हरी, जशी आपली इच्छा.'' संमती मिळाल्यावर गणेशने दोन बाकडे एकत्र जोडून ठेवले त्यावर एक पातळ चटई अंथरली आणि पांघरायला एक घोंगडी ठेवली. स्वतःसाठीही त्याने अशीच व्यवस्था केली.

रात्रीच्या व्यवस्थेचे नियोजन केल्यानंतर तो वारकरी बोलायला लागला, ''माउली, मी कोणत्याच दिंडीचा नाहीये. पैठणजवळील माझ्या गावचे वारकरी आता माझ्यासाठी परके झाले आहेत. पैठणहून पंढरपूरला जाणाऱ्या वारीत मी सामील होत नाही. मी पार पैठणहून जमेल तसा प्रवास करत येतो आहे. कोणी प्रेमाने लिफ्ट दिली तर ती घेत नाहीतर चालत पुण्याला वेळेवर पोहोचण्यासाठी सगळी धडपड चालली आहे.''

वारकऱ्याचे हे बोलणे ऐकून गणेश गोंधळला ''म्हणजे तुम्ही गावच्या दिंडीतून जात नाही? नाही माऊली मी कोणत्याच दिंडीचा नाही, माझ्या गावचे सारे वारकरी मला परके झाले आहेत.''

''गावच्या दिंडीने तुम्हाला एकटे प्रवास करायला परवानगी तरी कशी दिली? दिंडी म्हणजे आपले सारे मतभेद विसरण्याचे साधन आहे असे काय घडले ते जरा नीट सांगा ना.''

वारकरी उत्तरला,''हो, तुमच्या मनातील गोंधळ मी समजू शकतो. त्यांनी मला नाकारलेले नाही. ही माझीच चूक आहे. मी स्वतःच त्यांच्या वारीत सामील होत नाही. मी माझ्या गावचा सरपंच होतो. मी काही खूप धार्मिक वगैरे नव्हतो. कीर्तन आणि भजन मंडळांना मी फक्त यासाठी सहन करीत असे कारण इतर गावकरी त्यात सहभागी होत. मंदिरात आयोजित केल्या जाणाऱ्या गावजेवणासाठी मी

कधीही एक छदामही देत नसे. एके दिवशी, पंचायत बैठकीत काही जणांनी गावच्या पाण्याच्या टाकीपासून रोडच्या पलीकडे असलेल्या एका खानावळीपर्यंत पाईपलाईन बांधण्यास मी सहमती दर्शवावी अशी माझ्याकडे मागणी केली. मी नकार दिला.''

''त्या खानावळीचा मालक माझ्या गावातलाच एक श्रीमंत माणूस होता. एखादी चांगली विहीर बांधणे त्याला सहज शक्य होते पण त्याला त्याचे पैसे वापरायचे नव्हते. गावात त्याच्याच समाजाचे काही मित्र होते जे त्याला या बाबतीत मदत करायला उतावळे झाले होते. त्यांनी मला धमकी दिली तरीही मी पुन्हा नकार दिला. आमचा भाग दुष्काळग्रस्त आहे, पाणी म्हणजे आमच्यासाठी खरोखर जीवन आहे. त्याला इतर कोणताही व्यवसाय करता आला असता परंतु त्याने खानावळ चालवायचे ठरवले कारण ते औरंगाबादला जाणाऱ्या मुख्य रस्त्यावर होते. माझ्या गावातील गरीब कुटुंबांच्या हक्काचे आणि गरजेचे पाणी मी त्याला कसे देऊ शकत होतो?''

''एका रात्री असाच मुसळधार पाऊस पडत होता. मला धमकावण्यासाठी काठया घेऊन बरेच गुंड त्याने पाठवले. मी त्यांना समजून सांगण्याचा प्रयत्न केला. परंतु ते ऐकण्याच्या मनस्थितित नव्हते. शेवटी मी खूप रागावलो. आमच्यांत मारामारीही झाली. त्या गोंधळात माझ्या आईने मध्यस्थी करायचा प्रयत्न केला. पण त्यांनी तिला ठार मारले. या जगात तिच्या खेरीज मला कोणीच नव्हते. त्यांच्या तावडीतून कसाबसा निसटलो आणि विठ्ठलाच्या मंदिरात आलो. मी रागाने अंतर्बाहय पेटलो होतो. त्या श्रीमंत माणसाचा नातेवाईकांसकट सर्व कुटुंबाचा नायनाट करून मुंबईला जाऊन वेगळया नावाने आयुष्य व्यतित करणार होतो.''

''मी विठ्ठलाकडे नजर टाकलीच नाही, मी मंदिराच्या परिसरात आहे हेही मला जाणवले नाही. मी फक्त सूडाच्या भावनेने पेटलो होतो. ज्याच्या सहाय्याने त्या हॉटेल मालकाच्या कुटुंबियांना मारता येईल असे हत्यार मी शोधत होतो. त्या क्षणी मला कोणाचा तरी आवाज आला आणि मी त्या दिशेने चालू लागलो. तो आवाज गाभाऱ्यातून येत होता आणि ओळखीचा वाटत होता. मी आतमध्ये

डोकावलो. तेथे काही मंद जळणारे दिवे होते, त्यावेळी मला जाणवले कि मी मंदिरात आहे आणि हा विठ्ठलाचा गाभारा आहे. तेथे एक बाई बसलेली होती, ती पांडुरंगाशी बोलत होती.''

''मला आश्चर्य वाटले, वादळवाऱ्याच्या या भयावह, अंधाऱ्या रात्रीत ही एकटी बाई त्या विठ्ठलाशी काय बोलत असेल? मी आणखी जवळ गेलो तर मला तिचे शब्द ऐकू येऊ लागले, ती म्हणत होती,''हे विठूराया मला मदत कर. तुझ्याकडून ही काय चूक घडली? बघ, तू मला बोलावले आणि मी आले. पण आता तो एकटाच आहे. त्याचा स्वतःवर काहीच ताबा राहिलेला नाही. त्याची तुझ्यावर मोठी प्रीती आहे पण तो कधीच हे मान्य करत नाही. त्याची तुझ्यावरील भक्तीची गाठ त्याच्या ह्रदयात खोलवर बांधलेली आहे. ती गाठ उघड, हे माझ्या पांडुरंगा! त्याचा राग शांत कर. त्याला कोणालाही इजा करू देऊ नकोस. ज्यांनी मला मारलं त्यांना मी माफ केले का? कारण त्यांनी मला तुझ्याकडे आणले या तुझ्या घरी!'' माझे कुतुहल वाढले कारण तो आवाज माझ्या ओळखीचा होता. कोण म्हणून जाणून घेण्यासाठी मी पुढे गेलो. तेव्हा मला समजले की तो आवाज माझ्या आईचा होता.''

''माऊली मला माहित आहे ही गोष्ट विश्वास ठेवण्यास अवघड आहे पण ती माझी आईच होती आणि विठ्ठलाशी बोलत होती. माझा राग शांत करण्यासाठी व मी सूड घेऊ नये म्हणून ती त्यांना सांगत होती. तिने तिच्या मारेकऱ्यांना माफ केले होते. तिच्या मृत्यूनंतर मला मदत करण्यासाठी ती विठ्ठलाला विनवणी करत होती. अचानक मला माझ्या खांद्यावर कोणाचा तरी हात असल्याचे जाणवले, मी वळून पाहिले तर तेथे तो विटेवरुन उतरुन माझ्या बाजूला उभा होता. तो म्हणाला, ''जा.........तेथे जा जेथे अशा खूप साऱ्या त्यांच्यासारख्या माता-भगिनी असतील, त्या माझ्याच शोधात असतील. त्यांना तुझ्या आईबद्दल सांग. त्यांना कळू दे कि मी ऐकतो म्हणून!'' एवढे म्हटल्यानंतर तो अंतर्धान पावला. मी वळून पाहिले तर माझी आईही तेथे नव्हती, मंद जळणारे दिवे पुन्हा लखलखीत झाले होते. आणि तो पुन्हा त्याच्या जागेवर-विटेवर विराजमान झाला होता.

''तेव्हापासून माझे आयुष्यच बदलून गेले. वर्षभर जागोजागी किर्तन करीत

फिरतो. आणि वारीच्या काळात पुण्यास जातो. अनेक माता बहिणी, किर्तन झाल्यावर मला भेटतात. त्यांना सांगतो कि आपल्या मुलांना त्यांच्या मनातले व्देषभरले विचार आणि सूड घेण्याची प्रवृत्ती उखडून फेकायला सांगा. माऊली गेली पंचवीस वर्षे हेच माझे जिवित कार्य राहिलंय आणि यापुढेहि राहिल. हेच माझे जीवन.''

''माझ्या गावकऱ्यांना माझ्याबद्दल मी जेथे कीर्तन केले त्या गावांमधून माहिती मिळाली. त्यांना समजले कि रेस्टॉरंट मालकाने पाठविलेल्या गुंडांनी माझ्या आईचा खून केला. त्यांनी ते रेस्टॉरंट पाडण्याचा आणि त्याचा मालक आणि त्याच्या कुटुंबियांना गावातून हाकलून लावण्याचा निश्चय केला. त्यांनी पाठविलेल्या निरोपांमधून मला ही माहिती मिळाली. मी माझ्या गावात परत गेलो आणि विठ्ठल मंदिरात राहू लागलो. मी गावकऱ्यांना माझ्यासाठी प्रतिशोध न घेण्याची विनंती केली.''

''माझी विनंती ऐकून त्यांना राग आला. ते म्हणाले कि विठ्ठलाने फक्त तुलाच बदला न घेण्यास सांगितले आहे, आम्हाला नाही. खरतर त्या रेस्टॉरंट मालकाला मारून टाकल्यावरच आम्हाला मोठा आनंद होईल. ते आणखी म्हणाले कि आम्ही तुझ्याशी तेव्हाच सहमत होऊ जेव्हा विठ्ठल प्रत्यक्ष आणि व्यक्तिगतरीत्या आमच्याशी बोलेल. मी हे आव्हान स्वीकारले. मी त्यांना रात्री मंदिरात यायला आणि रात्रभर येथेच थांबायला सांगितले. रात्री मी सर्व दिवे मालवून टाकले. पूर्ण अंधार झाला. मी भजन गायला सुरुवात केली. संपूर्ण रात्रभर मी गात राहिलो. मी काही मोठा गायक कलाकार नाही, पण त्या रात्री मी अगदी लयबद्धरित्या गात राहिलो, कुठल्याही वाद्यवृंदांशिवाय! रात्रभर मी एकटाच गात होतो. सकाळ झाली. एकेक गावकरी मला येऊन भेटला आणि म्हणाला – काल रात्री आम्ही विठ्ठलाला प्रत्यक्ष पाहिले''.

त्या वारकऱ्याची संपूर्ण कहाणी गणेशने शांतपणे ऐकली. त्याला आश्चर्यही वाटले नाही.त्याला माहित होते ही पांडुरंगाची लीला होती आणि यात काहीही घडू शकते.

● ● ●

रामाचें भजन तेंचि माझें ध्यान ।
तेणें समाधान पावईन ।।१।।

रामासी वर्णितां देहीं विदेहता ।
जाली तन्मयता सहजचि ।।२।।

राघवाचें रूप तें माझें स्वरूप ।
तेणें सुखरूप निरंतर ।।३।।

रामदास म्हणें मज एणें गती ।
राम सीतापतीचेनि नामें ।।४।।

– समर्थ रामदास

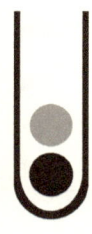

पांडुरंगा विठ्ठला!!!
पादुकांकडे ती लहान मुलगी पळाली...

हसत, नाचत/खिदळत आणि ओरडतच तिची मुलगी शाळेतून घरी आली. ''सुट्टी, सुट्टी, शाळेला सुट्टी, उद्या शाळा नाही..हा हा हाSSSS.'' सुचित्राने आपल्या ७ वर्षांच्या मुलीच्या दप्तरातून गृहपाठाची वही काढली आणि शिक्षकांनी लिहलेली टीप वाचली ''वारी-एका दिवसाची रजा.'' तिला कळले नाही, वारी? म्हणजे काय? तिने न्यूजपेपर उचलला आणि तिला वाईट वाटले कि इतकी मोठी गोष्ट आपल्याला माहित नाही. त्यात पान क्र.२ आणि ३ संपूर्ण भरून वारीविषयी लिहिले होते. संत तुकाराम यांची पालखी आणि संत ज्ञानेश्वर यांची पालखी देहू आणि आळंदीहून पुण्यात येणार होती. आणि त्यानंतर पुढे पंढरपूरला २०० किमी पायी जाणार होत्या. त्या पुण्यात जवळपास २४ तास थांबणार होत्या.

सुचित्राची मुलगी, रिमी आता शांत झाली होती आणि आपल्या आईला होमवर्कमध्ये मदत करायला सांगत होती. तिला ते होमवर्क लगेच संपवायचा आहे असे ती म्हणत होती. हे राघव कोण? म्हणून तिने स्वत:ला विचारले. उद्याची वारी याबद्दलही काहीतरी म्हणाली. सुचित्राला आश्चर्य वाटले, हिला एवढ्यात मित्र-मैत्रिणीही भेटल्या? तीनच तर महिने झाले आपल्याला पुण्याला येऊन. माझी तर आणखी दोन तीन शेजाऱ्यांशीच ओळख झाली आहे, ते सुद्धा नवीनच आहेत. तेवढ्यात फोन वाजला, सुचित्राने तो उचलला.

राघवची आई, मिसेस कुलकर्णी याही त्याच अपार्टमेंटमध्ये राहत होत्या. त्या सुचित्राला भेटायला येणार होत्या. रिमी फोनवरचे एका बाजूचे बोलणे ऐकत होती पण दुसरीकडचे बोलणेही तिने ताडले होते. ती म्हणाली,''आई, राघव माझा

क्लासमेट आहे, त्याची आई तुला भेटायला आणि तुझ्यासाठी काहीतरी खायला आणणार आहे!'' सुचित्राला थोडं टेन्शन आलं. वाटलं हे ठीक आहे. ''खायला? कमाल आहे!'' सुचित्रासाठी हे नवीनच होते पण असा विचार केल्याबद्दल तिला स्वत:ला वाईट देखील वाटले कारण कोणी प्रेमाने काही आणतंय तर त्यात एवढ आश्चर्य वाटण्यासारख काय आहे म्हणून.

मिसेस वंदना कुलकर्णी या अत्यंत प्रेमळ, आनंदी आणि मनमोकळ्या स्वभावाच्या होत्या. सुचित्राला त्या आवडायला लागल्या होत्या. त्यांनी सुचित्रासाठी १०-१५ ताज्या, गरमगरम पुरणपोळ्या आणल्या होत्या. सुचित्राने पुरणपोळीबद्दल ऐकले होते. ती स्वयंपाक घरात पुरणपोळीवर घेण्यासाठी तूप गरम करून आणायला गेली. मुलं आनंदात होती आणि एकत्रितपणे आपला होमवर्क करत होती. तो लवकरात लवकर संपवायला ती आतुर झालेली दिसत होती.

मिसेस कुलकर्णी टाईम्स ऑफ इंडिया वाचत होत्या. वर पाहत त्या म्हणाल्या, ''हा आपल्या मराठी पेपरसारखा नाही इंग्लीश पेपरमधून वारी आणि पालखी बद्दल काही सविस्तर बातमी वाचायला मिळणार नाही. वारी म्हणजे दसरा दिवाळी आणि होळीपेक्षाही मोठी, आगदी गणेशोत्सवापेक्षा मोठी गोष्ट आहे.'' सौ कुलकर्णींनी देहू आळंदी हून निघणाऱ्या वाऱ्यांबद्दल आणि लाखो वारक-यांबद्दल सुचित्राला सांगितले. तिला हे सारे नवीनच होते. वारकरी, जे त्या विठोबाशी आपल नात आहे आणि तो दरवर्षी आपली वाट पाहतो आहे या भावनेने ही शेकडो किलोमीटरची पवित्र यात्रा अगदी न चुकता वर्षानुवर्षे पायी करत असतात. शेवटी सुचित्राचे मत न विचारताच त्यांनी घोषणा केली कि, उद्या मुलांना सुट्टीच आहे तर आपण वारी पाहायला जाऊयात. आपण वारकऱ्यांना आळंदीहून पुण्याला येतांना पाहू.

दुसऱ्या दिवशी, सुचित्रा आणि रिमी मिसेस कुलकर्णी आणि राघव सोबत मोठ्या गर्दीत रस्त्याच्या कडेला वारी पाहण्यासाठी उभ्या होत्या. हा रोड संत ज्ञानेश्वरांच्या पालखीचा आळंदीहून पुणे शहरात जाण्याचा मुख्य मार्ग होता. पुण्याच्या गर्दीची सवय नसलेल्या सुचित्राने रिमीचा हात घट्ट धरला. इथली सवय नसली तरी सुचित्राला कोलकातातील दुर्गा पूजा उत्सवाची सवय होतीच. ती

स्वतःशीच म्हटली गर्दी काय असते हे कोलकत्त्यातील गर्दी पाहिल्यानंतर खऱ्या अर्थाने कळते! येथील आताचे दृश्य म्हणजे फक्त कोलकातात कोणत्याही ट्राफिक जंक्शनला रोड ओलांडण्यासाठी उभे असलेले लोक!

कोणीतरी सुचित्राच्या कपाळावर चंदन लावू लागले, सुचित्राने ते टाळण्याचा प्रयत्न केला परंतु मिसेस कुलकर्णींनी तिला ते लाऊ देण्यास सांगितले कारण त्यामुळे इतर भाविकांना ती आपल्यातलीच एक वाटेल. तिने कुलकर्णींच्या कपाळावरील चंदनाच्या टिक्याकडे पाहिले, त्यांनी तो अष्टगंध असल्याचे तिला सांगितले, आणि ती चांगली दिसत होती. रिमी शांतपणे उभी होती आणि राघव तिला सांगत असलेल्या यात्रेकरुंसोबत येणाऱ्या रथाबद्दल ऐकत होती. त्या रथाचे महत्त्व तो तिला सांगत होता, त्या रथात संत ज्ञानेश्वर महाराजांच्या पवित्र पादुका असतील आणि जेव्हा तो रथ त्यांच्या समोरून जाईल तेव्हा सगळे लोक त्यांच्या दर्शनासाठी मोठी गर्दी करतील.

वारीतील गर्दी वाढत चालली होती. रथाच्या पुढे आपापल्या पताका आणि ध्वज घेऊन शिस्तबद्ध दिंड्या होत्या आणि त्यांच्या पुढे शहरी भाविक गर्दी करत होते. वारकऱ्यांचा प्रत्येक संघटीत समूह म्हणजेच दिंडी अत्यानंदाने, अभिमानाने चालत होती, हा वारीचा पहिलाच दिवस होता. वारकरी भजने म्हणत, नामस्मरण करत आपापली शिस्त पाळत चालत होते. चिपळ्यांच्या आवाजाने आसमंत व्यापले होते.

रिमी आणि राघव यांची चुळबुळ सतत चालली होती. सुचित्रा त्यांच्याकडेच लक्ष ठेवून होती. मिसेस कुलकर्णींचे सर्व लक्ष मात्र वारकऱ्यांकडे होते, त्या त्यांना नमस्कार करत होत्या आणि वारकरीही ''राम कृष्ण हरी जय जय राम कृष्ण हरी!'' म्हणून प्रतिनमस्कार करत होते. तेवढ्यात सुचित्राच्या पाठीमागून हातात वीणा असलेला एक वयस्कर वारकरी पुढे आला. काही स्थानिक महिला भाविकांनी त्यांचे चरणस्पर्श करून दर्शन घेतले आणि एका म्हाताऱ्या आईने त्यांच्या झोळीत काही पैसे ठेवले. ''ही परंपरा आहे'' मिसेस कुलकर्णींनी सुचित्राला समजावले,''यांना महिन्याचे वारकरी म्हणतात. हे महिनाभर फिरत असतात. यांना शक्य ती मदत केल्यास कल्याण होते अशी धारणा आहे. चल, आपणही त्यांचे आशीर्वाद घेऊयात.''

मिसेस कुलकर्णी आणि सुचित्रा त्या वयस्कर वारकऱ्याकडे गेले, त्यांचे चरणस्पर्श केले आणि त्यांच्या झोळीत काही पैसे ठेवले. त्या वारकऱ्याचे त्या पैशांकडे लक्षही नव्हते, तो तन्मयतेने आपली वीणा वाजवत होता आणि मुखाने सतत ''राम कृष्ण हरी जय जय राम कृष्ण हरी!'' चा जप करत होता. त्याला वारीत जायचे होते परंतु दिंडीत मध्येच घुसून दिंडीची शिस्त मोडायची नव्हती म्हणून तो कोठे जागा मिळण्याची वाट पाहत थांबला होता. आशीर्वाद घेतल्यानंतर सुचित्रा रीमीचा हात धरण्यासाठी वळली व तिने पाहिले की राघव एकटाच उभा आहे. रिमी कुठेही दिसली नाही. तिने राघवला काळजीने विचारले ''रिमी कुठे गेली?''

राघवने आपल्या आजूबाजूला पाहिले आणि रिमी तेथे नसल्याचे त्यालाही त्याच क्षणी जाणवले. मिसेस कुलकर्णींनी राघवला विचारले तर तो घाबरल्यासारखा झाला. तो म्हणाला,''मला माहित नाही ती कुठे गेली. ती येथेच, माझ्या बाजूलाच उभी होती. माझे तिच्याकडे लक्ष होते. मी जरासा वारी पाहण्यासाठी वळालो, तेवढ्यात काकूंनी आवाज दिला आणि...आणि मी वळून पाहिले तर....रिमी तेथे नव्हती.'' सुचित्रा कासावीस झाली आणि गर्दीत ज्याला त्याला रिमीबद्दल विचारू लागली. आजूबाजूची मुले आणि बायकाही रिमीचा शोध घेऊ लागले. मिसेस कुलकर्णी तेथेच उभ्या होत्या. त्यांनी राघवचा हात घट्ट धरला आणि ''रिमीSS रिमीSSSS!!!'' म्हणून जोरजोरात हाक मारू लागल्या.

मोठा आवाज आणि गोंधळ ऐकून त्या वीणाधारी, वयस्कर वारकऱ्याने वळून पाहिले, तो मिसेस कुलकर्णींकडे आला आणि काय झाले असे विचारले. मिसेस कुलकर्णींनी त्याला मुलगी हरवल्याचे सांगितले. एकूण तो राघवला म्हणाला, ''बाळा तुला माहित आहे का ती कुठे गेली ते? बिस्कीट वगैरे आणायला? किंवा पाणी प्यायला? राघवने आईकडे पाहीले, सांग ना, उत्तर दे राघव म्हणाला. ती माझ्या जवळच उभी होती ती पुण्यात नवीन आहे. तिच्या वडिलांनी तिला ताकीद दिली होती कुठेही न जाण्याची ती कुठे जाणार नाही तिच्या ममीने तिच्यासाठी खायच्या वस्तू बिस्किट चॉकलेट पाणी वगैरे सर्व बरोबर आणलेले आहे.''

सुचित्रा परत आली आणि मिसेस कुलकर्णींना रिमीबद्दल काही माहिती मिळाली का हे विचारले. त्या वारकऱ्याने सुचित्राकडे पाहिले आणि विचारले कि रिमीने

कोठेतरी जायचे असल्याबद्दल काही सांगितले होते का. त्या वारकऱ्याने अत्यंत कनवाळूपणे आपल्या प्रेमळ आवाजात विचारलेला तो प्रश्न ऐकताच सुचित्राचा बांध फुटला आणि तिला रडू आले, ''ही माझीच चूक आहे. मीच तिचा हात धरून ठेवला नाही. एका क्षणासाठी मी तिचा हात सोडला आणि ती हरवली. आता तिच्या बाबांना मी काय उत्तर देऊ? मी कशाला तिला वारी पाहायला आणले? माझी मुलगी जर मला सापडली नाही तर आमचे कसे होईल? हा पांडुरंग, ही वारी आणि हे वारकरी आम्हाला कशी मदत करतील?''

त्या वारकऱ्याने सुचित्राचे ''पांडुरंग मदत करील का?'' हे कळकळीचे शब्द ऐकले. त्याने हळुवारपणे आपल्या वीणेची तार छेडली आणि ''राम कृष्ण हरी!'' असे उच्चारण केले. तो मिसेस कुलकर्णींकडे पाहून म्हणाला. ''ताई, विठ्ठल आणि त्याचे भक्त याचं एकमेकांशी आई-लेकराच नात असतं. तो आपल्या भक्तांना कधीच दुरावा देत नाही. जर ती मुलगी येथे वारी पाहायला आली होती तर तीही विठ्ठलाची भक्तच झाली. पांडुरंग नक्कीच तिच्या सोबत आहे. तिला काहीही होणार नाही. विठूराय तिची काळजी घेईल. ती लवकरच परत येईल. त्याच्यावर विश्वास ठेवा.'' त्या लहान मुलीला पूजा किंवा भक्तीबद्दल काहीही माहित नाही. ती तुझी मदत पण मागू शकत नाही. तूच काहीतरी कर हे पांडुरंगा''

मिसेस कुलकर्णींनी होकारार्थी मान हलवली आणि त्या सुचित्राचे सांत्वन करू लागल्या. स्थानिक मुले अजूनही आजूबाजूला रीमीचा शोध घेत होती. तिथल्या महिलांनी पोलिसांना आणि होमगार्ड्सनाही मदत करण्याची विनंती केली. वीणाधारी वारकरी सुचित्राला म्हणाला, ''बेटा, आज वारीचा पहिलाच दिवस आहे. तू येथे येऊ शकलीस, तू भाग्यवंत आहेस. पांडुरंगाच्या निस्सीम कृपेवर विश्वास ठेव. प्रार्थना कर. तुझे बाळ येथेच जवळ कोठेतरी असेल. ते नक्कीच तुला परत मिळेल. कदाचित ही तुझी भक्ती तुला पुढे घेऊन जाईल. त्याची लीला विलक्षण असते! तुका म्हणाले त्याप्रमाणे तुझी भक्ती बांधून ठेवू नकोस. मनापासून त्याची मदत माग.

सुचित्राने त्या वयस्कर वारकऱ्याचे आभार मानले आणि म्हणाली, ''बंधू, तुम्ही

मला धीर दिला मी तुमची आभारी आहे. माझी मुलगी समंजस आहे. ती मला विचारल्याशिवाय कोठेही जाणार नाही. ती येथेच कोठेतरी असेल. तुम्ही सांगितल्याप्रमाणे विठोबा तिचे रक्षण नक्कीच करील. मी पांडुरंगाला प्रर्थाना करते, हे प्रभू माझी मुलगी मला सुरक्षितपणे परत मिळू दे!'' एवढे बोलून सुचित्रा परत लोकांना रिमीबद्दल विचारू लागली. शेजारची मुले, महिला यांनीही जवळपासच्या सर्व स्थानिक दुकानदारांना, विक्रेत्यांना, रहिवाश्यांना रिमीचे वर्णन करून तिला कोठे पाहिले का म्हणून विचारत होती.

अचानक कोणीतरी जोरात ओरडले. तो दुसरा कोणी नसून राघवच होता! तो वारीकडे बोट दाखवत होता. सुचित्राने तिकडे पाहिले, रिमी गर्दीतून वाट काढत रोड ओलांडून तिच्याकडे येत होती. सुचित्राने पळत जाऊन तिला उचलून घेतले, तिचे मुके घेतले. तिच्या डोळ्यांत आनंदाश्रू तरळले. रिमीला घेऊन ती जेथे मिसेस कुलकर्णी, राघव आणि तो वीणाधारी वारकरी उभा होता तेथे आली. रिमी सुखरूप परत आली म्हणून तेथील मुले, महिला इत्यादी सर्वजणांना मोठा आनंद झाला आणि त्यांनी एकच जल्लोष केला. रिमी मात्र एखाद्या शांतरसात डुंबत असल्यासारखी दिसत होती.

रिमी उत्साहाने आपल्या आईला सांगत होती,''जेव्हा राघवने मला रथाबद्दल, त्यातील पादुकांबद्दल सांगितले. तेव्हा त्याच्याकडून त्यांच्या सौंदर्याचे वर्णन ऐकून मला वाटले कि आताच जावे आणि त्या रथाचे, त्या पादुकांचे दर्शन घ्यावे! तो रथ जवळच होता. पादुकांना स्पर्श करण्यासाठी मी त्याच्याकडे पळाले. मग कोण्यातरी चंदेरी-शुभ्र वस्त्रधारी, उंच माणसाने मला उचलून घेतले आणि मला रथावरील पुजाऱ्याच्या बाजूला बसवले. त्यांनी मला पादुकांना स्पर्श करू दिला आणि माझ्या गळ्यात हा हारही टाकला. त्यांनी मला तुम्हा सर्वांसाठी प्रसादही दिला. हा बघ!''

खरंच! तिच्या गळ्यात फुलांचा हार आणि ओटीत प्रसादही होता! तो वीणाधारी वारकरी, मिसेस कुलकर्णी आणि शेजारी उभ्या असलेल्या महिला भाविकांनी गोंधळून वारीकडे पाहिले आणि परत रिमीकडे पाहिले. त्यांच्या चेहऱ्यावर गोंधळलेपणाचे आणि आश्चर्याचे भाव स्पष्ट दिसत होते. त्याचे रिमीकडे असे पाहणे

सुचित्राला व्यथित करत होते. तिने विचारले,''काय झाले? तुम्ही सर्वजण माझ्या मुलीकडे असे का बघत आहात? ती पादुकांचे दर्शन घेण्यासाठी रथावर गेली होती आणि दर्शन घेऊन परत आली. ती रथावर होती म्हणून आपल्याला येथे दिसली नाही, यात तुम्हाला आश्चर्य वाटण्यासारखे काय झाले आहे.''

तो वयस्कर वारकरी सुचित्राला म्हणाला. माझ्या भनी, तुझी मुलगी रथाचे दर्शन, आशिर्वाद घ्यायला गेली. आणि पादुकांचे आशिर्वाद घेऊन परत आली हे खरे. पण गमत अशी की, ज्ञानेश्वर महाराजांचा रथ त्यातल्या पादुकांसह अजून २ – ३ किलोमिटर दूर आहे. हे सारे वारकरी रथापुढे दिंडीने चाललेत. प्रत्यक्ष पादुका अजून यायच्या आहेत. पण तुझ्या लेकीच्या गळयातला हार आणि हातातला प्रसाद मात्र रथातलाच आहे.

असे म्हणून तो वारकरी आश्चर्याने म्हणाला,''हे पाडूरंगा, विठ्ठला तुझी करणी अगाध आहे हे या छोटया जीवाला ना वारी म्हणजे काय हे माहित, ना तूझी आराधना माहित, ना पंढरपुरापर्यन्त चालत जायचे हे माहित. परंतु तू मात्र आम्हा लाखो लोकांना फसवून तिला उचलून नेलेस आणि तीची इच्छा पुरी केलीस. तुझे नाव सुध्दा तिला माहित नाही. खरेतर आम्हीच चूक आहोत तू तर सगळीकडे भरुन राहीला आहेस. तुला पाहण्यासाठी हे सारे लोक जीवाचा आटापीटा करुन चालून राहीले आहेत. तुझे दर्शन घेण्यासाठी पंढरपूरापर्यन्त आम्ही सारे एकाच माळेचे मणी आहोत. हातचे सोडून पळत्याच्या पाठी धावणारे. तू तर इथेच आहेस.''

काया ही पंढरी आत्मा हा विठ्ठल ।
नांदतो केवळ पांडुरंग ।।१।।

भाव-भक्ति भीमा उदक ते वाहे ।
बरवा शोभताहे पांडुरंग ।।२।।

दया क्षमा शांती हेंचि वाळुवंट ।
मिळालासे थाट वैष्णवांचा ।।३।।

ज्ञान ध्यान पूजा विवेक आनंद ।
हाचि वेणुनाद शोभतसे ।।४।।

दश इंद्रियांचा एक मेळ केला ।
ऐसा गोपाळकाला होत असे ।।५।।

देखिली पंढरी देहीं-जनी-वनीं ।
एका जनार्दनी वारी करी ।।६।।

- संत एकनाथ

पांडुरंगा विठ्ठला!!!
मी पंढरपूरला जाणार नाही ...

कुटुंबातील सर्वांसाठी हा एक धक्का होता. पण हा वयस्कर पारसी मात्र आपल्या निर्णयावर ठाम होता. त्याने घोषणा केली कि मी वारीला जाणारच! लाखो वारकऱ्यांसोबत चालत देहू-आळंदी-पुणे मार्गे पंढरपूरला जायचे त्याने ठरवले होते. त्याचे नाव झुबीन! झुबीन हा असाच होता! एखादी गोष्ट करायची असे मनात ठरले कि मग कोणी लाख समजावण्याचा प्रयत्न केला तरी ती करायचीच! त्याचा मुलगा बेहराम त्याला समजावत होता कि ही काही साधीसुधी गोष्ट नाही. तू कधी वारीला गेलेला नाहीस आणि वयाच्या ७५ व्या वर्षी एवढे अंतर चालून जाणे सोपे नाही. बेहरामशी सहमती दर्शवत त्याची बायको, झुबीनची सून, केरबनही म्हणाली,''आपण पारसी आहोत. ही आपली संस्कृती नाही. एवढ्या उन्हात, पावसात, इतक्या प्रचंड गर्दीत तुला कशाला पंढरपूरला पायी चालत जायचे आहे? देवा, या माणसाला सद्बुद्धी दे रे!''

केरबनचे बोलणे ऐकून झुबीन आणि बेहराम दोघांनाही हसू आले. बेहरामला माहित होते अशा युक्तिवादाने त्याच्या बाबांचे मन वळवणे शक्य नव्हते. धार्मिक आणि आध्यात्मिक बाबतीत त्याची आपली मते होती. इतकी वर्ष ती बदलली नाहीत आणि आता बेहराम, मनाने पारसी असलातरी हळूहळू मानवतेची वैश्विक मुल्ये मनातून स्वीकारत होता. त्याच्या आईने त्याला नेहमी सांगितले होते कि झुबीन हा एक अन्वेषक आहे आणि त्यांना थांबवू नकोस.

मुंबईमध्ये दादर पारसी कॉलनीत फ़ाईव्ह गार्डनजवळ त्यांचे घर होते. बेहरामची आई आपल्या घरात टीव्हीसमोर बसली होती. ती काही या वादविवादात पडली

नाही. आपला झुबीन कसा आहे हे तिला महित होते आणि आपला बेहराम कसा आहे हेही तिला माहित होते. शेवटी ते दोघे तेच करतील जे झुबिनला वाटते आणि तेही मोठ्या उत्साहाने आणि आनंदाने!

दुसऱ्या दिवशी रविवार होता. रविवार, जो खाणे, पिणे आणि मस्त झोपणे यांशिवाय कशावरच वाया घालवायचा नसतो! पण इथे, बेहराम, आपल्या बाबांना, झुबिनला बुलेट ३५० सी सी बाईकवर बसवून मुंबईहून पुण्याला सोडायला निघाला होता. वारीत सामील होऊन, कित्येक दिवस पायी चालून पंढरपूरला पोहोचायचे म्हणून झुबीन उत्साहीत व खुश होता. बेहरामला याबद्दल खूप काही आश्चर्य वाटत नव्हते कारण झुबीनचे आपल्या पुण्याच्या मित्रांशी होणारे बोलणे त्याने ऐकले होते. यापूर्वी असे अनेक प्रवास सोबत केल्यामुळे, त्या मित्रांनी सर्व गोष्टी अगदी काळजीपूर्वक नियोजित केल्या होत्या.

मुंबई हायवेवर देहू कँटोनमेंटच्या अलिकडे एका चौकांत झुबीनचे मित्र वाट पहात थांबले होते. त्यांनी एक भाडयाने वातानुकुलित बस घेतली होती त्यांचे सामानहि व्यवस्थित बसले जाईल, थकलेभागले तर बसमध्ये बसण्याचीहि सोय झाली. त्यांने ठरवले होते की आपण वारक-यांच्या पाठीं ४-५ मैल म्हणजे वारकऱ्यांवरही आपला भार नाही आणि त्यांच्या कार्यक्रमांतहि सहजपणे सहभागी होता येईल आणि वारीची मजा लुटता येईल.

या ग्रुपने वेगवेगळ्या हेल्पलाईन नंबरवर आणि पोलिसांकडेही आपली नोंदणी केली होती. सर्व आवश्यक परवानग्या मिळविल्यानंतर त्यांनी आपल्या बसवर ते वारीसोबत असल्याचे बॅनर लावले होते. त्यांच्या १० किमी पुढे वारी देहूपासून नुकतीच सुरु झाली होती आणि झुबीन तिच्यात सामील होण्यासाठी आतुर झाला होता. बेहरामच्या हे लक्षात आले, त्याने झुबिनला एक घट्ट आलिंगन दिले आणि तो आपल्या बाईकवर पुन्हा मुंबईकडे जाण्यासाठी निघाला.

झुबीन एकदम खुश होता. तो नेहमीच घराच्या बाहेर पडायला काहीतरी बहाणा शोधत असतो. वयाच्या ७५ वर्षीही त्याला अशी भटकंती करायला आवडते. याउलट बेहरामच्या आईला आपले कुटुंबीय, मित्र, नातवंडे यांच्याबरोबर

राहायला आणि स्वयंपाकघराचा ताबा आपल्या हातात ठेवायला आवडते. झुबीनचे मित्र गेल्या महिन्याभरापासून या यात्रेचे नियोजन करत होते. ते सगळेच खूप धाडसी होते. हे सर्व खूप वर्षांपासूनचे मित्र होते. त्यांच्या ग्रुपमध्ये त्यांनी काही तरुणांनाही सामील करून घेतले होते ज्यात त्यांची मुले, भाऊ, शेजारी आणि मदत करणारी माणसे यांचा समावेश होता.

व्यावसायिक, शिक्षक, उद्योजक याच बरोबर एक पोलीस, एक हवालदार, मुंबई एअरपोर्टवरील एक कस्टम अधिकारी आणि एक कँटीन मॅनेजर या सर्वांचा समावेश असलेला त्यांचा ग्रुप म्हणजे एक मोठी सरमिसळ होती. ट्रेकिंग, सहली आणि विविध प्रदेशांच्या यात्रांदरम्यान हे सगळे भेटले होते आणि कित्येक वर्षांपासून सोबत प्रवास करत होते.

आतासुध्दा असेच ठरवून निघालेले, देहूहून निघालेल्या वारीला पुण्यास पोहोचण्यापूर्वी गाठायचे म्हणून त्यानी मेनरोड वरून शहरा बाहेर पडून मधल्या वाटेने कात्रजला येऊन पुढे परत हडपसरला येऊन घाट पार केला. आता ते वारीच्या पुढे २ दिवसांच्या अंतरावर होते. आता त्यांना हे दोन दिवस आपल्या पुढील प्रवासाचे योग्य नियोजन, आवश्यक वस्तूंची खरेदी, साठवण इत्यादी करण्यासाठी वापरता येणार होते.

ग्रुपमधील एक सदस्य, चैतन्य रेड्डी यांनी आपल्या कार्यालयातील कर्मचाऱ्यांना हडपसरयेथून भाज्या आणि किराणा सामान खरेदी करून दिवेघाट येथे घेऊन येण्यास सांगितले होते. त्यांच्या ऑफिस मॅनेजरने रोडपासून दूर, जवळच पाण्याची सोय असलेली अशी पार्किंगची जागा शोधून ठेवली होती. ते येथे मुक्काम करणार होते आणि वारीसोबतच्या आपल्या पुढील प्रवासाचे नियोजन करणार होते. उशिरा येणारे सदस्यही त्यांना येथेच येऊन मिळणार होते.

यानंतर त्यांनी आपला तंबू उभारायला सुरुवात केली. प्लास्टिकची मोठी ताडपत्री बसच्या एका बाजूला बांधून दुसऱ्या बाजूला बांबूना बांधण्यात आली. यामुळे बसच्या बाजूलाच तंबूसारखी जागा तयार झाली. त्यांनी आपल्यासोबत एक आचारी आणि एक मदतनीसही आणला होता. त्यातच ड्रायव्हरसह सर्वांनीच

हातभार लावल्यामुळे स्वयंपाक खूपच लवकर आणि स्वादिष्ट झाला! जेवणे झाली आता विश्रांतीची वेळ होती. पुढील लांबच्या प्रवासाचा विचारही मनात रेंगाळत होता. परंतु जेवणे आटोपली आणि रिमझिम पाउस सुरु झाला. थोड्यावेळाने वाढला आणि संततधार सुरु झाली. सर्व मंडळी पावसापासून वाचण्यासाठी बसमध्ये शिरली. आता दुपारची वामकुक्षी घ्यावी असा सगळ्यांचा विचार होता तेवढ्यात.........

त्यांच्या बसचे दार कोणतीतरी ठोठावले. एका पोलीस हवालदाराने दरवाजा उघडला व त्यांनी त्याच्या सोबत बेड्या घातलेल्या एका कैदयाला हात धरून आत आणले. बेड्यांना पुन्हा एका मोठ्या दोरखंडाने बांधले होते आणि तो दोरखंड हवालदाराने धरून ठेवला होता जेणेकरून कैदी पळून जाऊ नये. अरविंद आडारकर यांनी ग्रुपच्या वतीने आलेल्या हवालदाराचे स्वागत केले, म्हणाला, ''या माऊली बाहेर पाऊस पडतो आहे. कुठे जाणार? पुण्याला की पंढरपूरला? सांगू नका की कैघासह पंढरपूरच्या वारीला चालले आहात म्हणून.''

हवालदार आणि तो कैदी दोघेही हसले. सासवडनंतर बस पंक्चर झाल्यामुळे एका कारवाल्याकडे त्यांनी लिफ्ट घेतली परंतु मुसळधार पावसामुळे कार घाटातच बंद पडली आणि ते चालतच घाट उतरून खाली आले. त्या हवालदाराला दुसऱ्या दिवशी त्या कैद्याला पुण्यात कोर्टात हजर करावयाचे होते आणि त्यानंतर ताबडतोब पंढरपूर तहसील तुरुंगाला परत जायचे होते. वारी कशी पार करता येईल हे त्याला समजत नव्हते. त्याला वाटले वारकऱ्यांनी रस्ता काबीज करण्यापूर्वी तो रेल्वेने सोलापूरला जाऊन परत पंढरपूरला परत येईल. तेवढ्यात त्यांना तेथे उभी असलेली बस आणि तिच्या बाजूचा तंबू दिसला आणि वाटले येथे त्यांना पावसापासून थोडे संरक्षण मिळू शकेल.

अडारकरांनी आचा-याला सर्वांसाठीच गरमागरम चहा करायला सांगितले. त्यांनी पावसांत चिंब झालेल्या कॉस्टेबल आणि कैघाला टॉवेल, टी शर्टस् आणि लुंग्या दिल्या. त्यांचे कपडे बदलून पण एकमेकांशी जाड दोरांनी बध्द असलेल्या त्या दोघांत कोण पोलीस आणि कोण गुन्हेगार हे नविन पहाणा-याला कळायला मार्गच नव्हता.

झुबीन मोठ्याने हसायला लागला, त्याचा चहाचा कपही त्याला सावरेना इतका! त्याने त्या दोघांकडे बोट केले आणि म्हणाला, ''पहा! काय जादू आहे! हे दोघे आता एक सारखेच दिसताहेत. आता हवालदार कैदी आणि कैदी हवालदार बनू शकतो. उद्या जर कैद्याने हवालदाराला पुण्यात कोर्टासमोर गुन्हेगार म्हणून उभे केले तर?!!!''

त्या दोन पाहुण्यांसह सगळेच झुबीनच्या या बोलण्यावर मोठ्याने हसले. तो हवालदार म्हणाला, ''ओ बावा, एका दृष्टीने तू म्हणतो आहेस ते खरही आहे. या बाबाला वारीत काही म्हाताऱ्या महिला भाविकांना मदत करतांना पकडण्यात आले आहे. रात्री भयंकर थंडीने कुडकुडणाऱ्या त्या म्हाताऱ्या आयांना याने मदत केली नसती तर कदाचित त्यांचा मृत्यू ओढवला असता. हा बावळट कोणत्याही दिंडी अथवा गटाचा नसून एक भटक्या वारकरी आहे. एका शहरात याने एक कपड्याचे दुकान फोडून त्यातून काही कांबळी काढून त्या म्हाताऱ्या बायांना दिल्या! नंतर याला त्या दुकानदाराने पकडले आणि याच्याविरुद्ध तक्रार दाखल केली. याच मन माझ्या माहितीतल्या कित्येक पोलीसवाल्यांपेक्षा खूप चांगल आहे.''

ग्रुपमधील सगळ्यांच्याच मनाला त्याची कहाणी भिडली. आता कैदी झालेला असला तरी हा आपल्या सोबतचा एक वारकरी आहे आणि त्याने जे काही केले त्या पाठीमागचा उद्देश चांगला होता, हा विचारही प्रत्येकाच्या मनात होता. दुसरे कोणी काही म्हणणार यापूर्वी झुबीनच्याच रागाचा उद्रेक झाला. तो म्हणाला, ''कोण होता तो मूर्ख दुकानदार ज्याने याच्याविरुद्ध तक्रार दाखल केली? तिथल्या पोलिसांना याने असे का केले हे माहित नव्हते का?'' हवालदार म्हणाला, ''प्रत्येकाला माहित होते. याच्याकडे पैसे नव्हते. खर म्हणजे त्या गावाच्या लोकांचा वारकऱ्यांवर खूप राग होता. दरवर्षी वारकरी आमच्या गावात येतात आणि त्यामुळे आम्हाला त्रास होतो असे त्यांचे म्हणणे होते. जास्तीतजास्त दुकानदारांना वारी आलेली आवडत असे पण काही जणांना मात्र ती नकोशी वाटे. देव जाणे, या दुकानदाराला कदाचित खरोखर वाईट अनुभव आला असेल?''

झुबीनचा राग शांत झाला नव्हता, त्याने पुढे विचारले, ''ते असो. आता हया

कैघाचे काय? त्याला एकादा वकील दिलाय् कां मिळवून या पोलिसांनी? त्याच्याजवळ पैसा तरी आहे का स्वत:चा बचाव करायला?'' ग्रुपमधील इतर मंडळींना जरी झुबीनच्या अशा बोलण्याची सवय असली तर हवालदारासाठी ते जर जडच होते. तरीही त्याने शांतपणे झुबीनला उत्तर दिले,''बावाजी, तुम्हाला तर माहित आहेत पुढच्या गोष्टी त्याच्याकडे घोंगडयासाठी पैसे नव्हते. थंडीने गारठलेल्या म्हाता-यालामदत तर करायची होती. त्यांना स्वत:चे एक घोंगडे देऊन भागणार नव्हते. मागचा पुढचा विचार न करता या मूर्खाने दुकानांतली दोन घोंगडी उचलली अन् हया म्हाता-यांच्या अंगावर घातली. हेतू कितीही चांगला असला तरी शेवटी ती चोरीच ना? त्याला थोडी तरी अक्कल असती ना तर त्याने असे केले असते कां? आता. मॅजिस्ट्रेट कृपाळू असेल तर याचा हा पहिलाच गुन्हा आणि चांगल्या हेतूने केलेला म्हणून कदाचित त्याला सोडून देतील आणि सहा महीने पोलीस स्टेशनला हजेरी लावायला सांगतील आणि कायद्यानेच जायचे म्हटले तर या मूर्खाला सहा महीने तरी जेलमध्ये डांबतील.''

संपूर्ण ग्रुप आता झुबीनकडे पाहायला लागला. कोणीच काही बोलले नाही. ते सगळे त्याला कित्येक वर्षांपासून ओळखत होते. तो कसा मनापासून बोलतो आणि वागतो हे त्यांना माहित होते. यावेळीही झुबीनने त्यांना निराश केले नाही. तो रागातच बरसला,''काय वाह्यात्पणा आहे हा! असे अजिबात होता कामा नये. त्याला वकील मिळालाच पाहिजे आणि तो सुटलाच पाहिजे. मला तो उद्याच सुटलेला पाहिजे. त्याला आमच्यासोबत वारीला यावे लागेल, मी त्याला पंढरपूरला घेऊन जाईल. नाहीतर मीही जाणार नाही. राहू दे त्यांना माझी वाट पाहत!'' शेवटी झुबीनने निक्षून सांगून टाकले,''या बावळट मुलाला सोबत घेतल्याशिवाय मी पंढरपूरला जाणार नाही.''

त्याच्या सर्व मित्रांनीही त्याच्याशी सहमती दर्शविली. दुसरे कोणी असते तर कदाचित त्यांना धक्का बसला असता परंतु ते ही झुबीनचे मित्र होते! झुबिनला पाठींबा देत आडारकर म्हणाला,''झुबीन, माझ्या दोस्ता, पांडुरंगाला फक्त तुझीच नव्हे, आपल्या सगळ्यांची वाट पहावी लागेल. आता आपण सगळे उद्या न्यायालयात हे प्रकरण निस्तरल्यावरच पंढरपूरला जाऊ.'' यांचे हे बोलणे ऐकून

हवालदाराने कैद्याकडे पाहिले आणि म्हणाला,''मला वाटतच होत कि तू बावळटपणा केला असला तरी तो विठ्ठलाच्या भक्तांसाठी केला आहे. तुझा हेतू चांगला होता, काही ना काही मार्ग निघेलच. बघ! शेवटी विठ्ठलाने मदत पाठविलीच ना!''

झुबीन आडारकर आणि रेड्डीकडे पाहत म्हणाला,''थोड थांबा. मी आताच माझ्या सुनेला फोन करतो. तिचे खूप सारे मित्र-मैत्रिणी येथे पुण्यातच स्थानिक कोर्टात वकील आहेत. ते सगळे चांगले आहेत, आपल्याला नक्कीच मदत करतील ते'' त्याने लगेच मुंबईला केरबनला फोन लावला,''मारो दिकरी....ऐक! हो हो बाबा... मी तुला 'मारो दिकरी' म्हटलो कि काहीतरी गडबड असणार हे तुला कळत हे मलाही माहिती झाला आहे! पण या वेळी प्रकरण थोडस वेगळ आहे. ऐक, पुण्यातील तुझ्या वकील मित्रांकडे मला थोड काम आहे. तू त्यांना मला दिवेघाटच्या खाली हडपसरमध्ये येऊन भेटायला सांग ना. उद्या पुणे सत्र न्यायालयात सुनावणी असलेल्या एका आरोपीला सोडविण्यासाठी मला कायदेशीर मदत पाहिजे आहे.''

''हॅलो मारो डिकरी, केरबाँ, ऐक; इथे एक अडचण निर्माण झालीय तू जरा तुझ्या पुण्यातल्या वकील मैत्रीणीला मला भेटायला सांगशील? पत्ता मी सांगतो. मला तिच्या वकीली सल्लूयाची गरज आहे. एका अंडस्ट्रयल व्यक्तिला उद्या पुण्याच्या सेशन कोर्टात सोडवायचे आहे. त्याला सोडाविल्याशिवाय मी पंढरपूरला जाणार नाही असे वचन देऊन बसलो आहे. हसूं नको करेबाँ आणि बेहरामला पण काहीं बोलू नको नाहीतर तस सगळी कामे सोडून इथे येईल. काम महत्वाचे आहे. या मूरर्व कैद्याला सोडून सोबत पंढरपूरला न्यायचे आहे.''

थोड्यावेळाने झुबीनने फोन ठेवला आणि तो हवालदाराकडे पाहून म्हाणाला, ''झाले! उद्या न्यायालयात आपण सगळे सोबत जाऊ. माझी सून वकिलांची व्यवस्था करून ठेवेल, उद्या ते आपल्या गाड्या घेऊन येतील, आपण त्यांच्यासोबतच जाऊ. मला खात्री आहे हा निर्दोष असल्याचे सिद्ध करण्यासाठी ते कोर्टाला हजार कारणे देतील आणि या महाशयांना नक्कीच सोडवतील.''

आता हवालदाराला जरा हायसे वाटत होते. तो उत्तरला,''बंर झालं तुम्ही भेटलात. मला या माणसाची काळजी वाटत होती. हा निश्चित वेडा आहे. काही कारणाशिवाय दुसऱ्यांना मदत करत आहे. याचा काय संबंध होता त्या दोन वारकरी महिलांशी?''

झुबीन म्हणाला,''कोण जाणे, काही नात असेलही? आपल्या सगळ्यांचच एकमेकांशी! काही ऋणानुबंध असतील. नाहीतर तुम्हीही कशाला त्याला आज, भर पावसात येथे घेऊन आला असता? तुमची बस खराब झाली, कारही बंद पडली आणि तुम्ही नेमके आमच्याच बसमध्ये आलात. नेहमी अवघड वाटणाऱ्या समस्या आपल्याला उपायाच्या दिशेने चमत्कारिकरित्या घेऊन जातात. बर, आता तुम्ही दोघेही आमच्यासोबत याच बसमध्ये थांबा. उद्या आपण कोर्टात जाऊ.''

असे म्हणून झुबीन आरोपीकडे वळला आणि म्हणाला,''सावध राहा. या हवालदाराकडे लक्ष ठेव. याला कोठे जाऊ देऊ नको. आपल्याला याला उद्या कोर्टात न्यायचे आहे आणि आपण न्यायाधीश साहेबांना विनंती करू की या हवालदाराला तुला सांभाळायच्या कर्तव्यातून मुक्त करावे. तुला मुक्त केल्याशिवाय आम्ही पंढरपूरला जाणार नाही. मला खात्री आहे आपल्या दोघांनी सोबतच त्याच्या दर्शनाला यावे म्हणून पांडुरंग थांबलेला असेल!''

अमृताहुनी गोड नाम तुझे देवा ।
मन माझे केशवा का बा न घे ।।१।।

सांग पंढरीराया काय करु यांसी ।
का रूप ध्यानासी न ये तुझे ।।२।।

किर्तनी बैसता निद्रे नागविले ।
मन माझे गुंतले विषयसुखा ।।३।।

हरिदास गर्जती हरिनामाच्या कीर्ती ।
न ये माझ्या चित्ती नामा म्हणे ।।४।।

- संत नामदेव

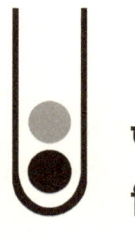

पांडुरंगा विठ्ठला!!!
विणाधारी पांडुरंग...

त्याला इंदापूर आणि सोलापूर जवळील वेलापूर येथे तीन दिवस आणि तीन रात्रीची मुक्कामी पोस्टिंग देण्यात आली होती. या ठिकाणी आषाढी एकादशीसाठी पंढरपूरला जात असलेल्या संत ज्ञानेश्वरांच्या पालखीचा महत्त्वाचा मुक्काम होता. राज्य राखीव पोलीस दलात (एसआरपीएफ) अमरावती येथे शिपाई म्हणून कार्यरत असलेल्या मल्लिकार्जुनला अचानक आपल्या सहकाऱ्यांसह वारीच्या संरक्षणार्थ जाण्याचा आदेश देण्यात आला. पंढरपूरला जाणाऱ्या लाखो वारकऱ्यांच्या संरक्षणाची जबाबदारी त्यांच्या फलटणवर सोपविण्यात आली होती. तो आता वेलापूरला आला होता आणि सर्वत्र पाऊस, पाऊस व आणखी खूप जास्त पाऊस कोसळत होता.

मल्लिकार्जुन खूप वैतागून गेला होता. छावणीची जागा अत्यंत घाणेरडी होती. वारी आणि पालखी येण्याअगोदर प्रवेशद्वारापाशी तयार राहण्याचे आदेश त्याला देण्यात आले होते. लाखो वारकरी येतील आणि या विराट पटांगणात आपापले तंबू ठोकतील. त्याने पोलीस नियंत्रण कक्षाजवळ थांबावे असे त्याला सांगण्यात आले होते. पोलीस नियंत्रण कक्ष हा ज्ञानदेवांच्या पवित्र पादुका असलेल्या प्रमुख तंबूच्या बाजूला उभारण्यात येणार होता. इतर सर्व स्थानिक पोलिसांना संवेदनशील ठिकाणी कर्तव्य बजावण्यास सांगण्यात आले होते. केंद्रीय राखीव पोलीस दलाला छावणी स्थळ, त्याचा आजूबाजूचा परिसर, पेट्रोलपंप आणि जवळच्या खानावळी या ठिकाणी थांबण्यास सांगण्यात आले होते.

पाऊस थांबणे माहितच नसल्यासारखा बरसत होता. छावणीच्या पूर्ण मैदानावर

सर्वत्र चिखलच चिखल झाला होता आणि लवकरच त्याचे रुपांतर एखाद्या तळ्यात होईल असे वाटत होते. मल्लिकार्जुनने आपल्या वरिष्ठ अधिकाऱ्याला जर हे मैदान छावणीयोग्य राहिले नाही तर काही पर्याय उपलब्ध आहे का असे विचारले. त्या वरिष्ठ अधिकाऱ्याने स्थानिक पोलीस अधिकाऱ्याला हाच प्रश्न विचारला होता, तेव्हा तो म्हणाला कि पाऊस आणि चिखलाची चिंता अजिबात करू नये. वारी आणि वारकऱ्यांना चिखल आणि पावसाची सवय असून एका तासातच ते या चिखलाने माखलेल्या मैदानाचे एका लहान शहरात रुपांतर करतील.

मल्लिकार्जुनला हे आश्वासन खोटे वाटले. चिखलाने भरलेल्या या जागेवर तंबू उभारणे कसे शक्य आहे? वेगवेगळ्या ठिकाणी पोलीसांच्या छावण्या उभारण्यासाठी तो आपल्या सहकाऱ्यांसह नेहमीच जात असे. त्यांना शिकवण्यात आले होते कि छावणी नेहमी सर्वांत कोरड्या जागी उभारावी, तंबूचा ओल्या जमिनीशी संपर्क येता कामा नये. आणि येथील ही जमीन नुसतीच ओली नव्हती तर खूप जास्त चिखलमय होती. लाखो यात्रेकरूंसाठी अशी जागा वापरली जावी? काय शोकांतिका आहे!!!

त्याला सूचना मिळाली होती कि मदतनीस वाहने वारकरी येण्याच्या निदान २ ते ४ तास आधी छावणी स्थळी दाखल होतील. निरीक्षण आणि व्यवस्थापन करणारी त्यांची आपली माणसे असतील. तुमचे काम उपद्रवी तत्त्वांना आळा घालणे, कायदा व सुव्यवस्था सांभाळणे तसेच कुठल्याही प्रकारची हिंसा होणार नाही याची काळजी घेणे हे आहे. काही सुटे आणि लहान यात्रेकरूंचे गट आधीच आले होते आणि छावणीच्या बाहेर मोकळ्या जागांवर, बंद दुकानांसमोर आपले तंबू उभारत होते. हळुहळु वारकरी यायला सुरूवात झाली. आधी येणारांनी बंद दुकानांच्या बाहेर आणि आडोशाला मैदानाबाहेर आपल्या पथाऱ्या पसरून सोय करून घेतली. स्थानिक पोलिसांनी बाहेर येणारी वाहतूक बंद केली होती. आणि फक्त पास आणि परमीट असणाऱ्या वाहनांनाच प्रवेश दयायला सुरूवात केली.

वाहने शिस्तीने मैदानात येत होती. काही स्वयंसेवक वह्या घेऊन वाहने

तपासण्यासाठी उभे होते, ते गाडीवरील स्टिकर पाहून तिला विशिष्ट ठिकाणी जाण्याचे निर्देश देत होते. मल्लिकार्जुनला आश्चर्य वाटले, एका तासातच संपूर्ण शिबीरस्थळ अगदी पद्धतशीरपणे व्यापले गेले. तंबू उभारले जात होते, ठरलेल्या ठिकाणांहून पम्पांद्वारे पाण्याच्या टाक्या भरल्या जात होत्या. सर्वकाही असे चालले होते जसे आधीच ठरविलेले असावे. कोणताच गोंधळ नाही, बिलकुल अव्यवस्था नाही. संघटन शक्ती, कौशल्य अगदी पाहता क्षणी सर्वत्र दिसत होते. पुढचा भाग मोकळा होता आणि मुख्य तंबू असलेली वाहने आता दाखल झाली होती.

रात्र होईपर्यंत मुख्य मंडपासह सर्व तंबू उभारून झाले होते. ढोल, ताशे, चिपळ्या आणि वीणा यांच्या गजरात, लाखो वारकऱ्यांच्या जयजयकारात संत ज्ञानेश्वर महाराजांच्या पादुका असलेला रथही मंडपात दाखल झाला होता. मुख्य दिंडी आणि पादुकांच्या दर्शनासाठी स्थानिक लोकांनी मोठी गर्दी केली होती. वारी संघटकांना माहित होते कि स्थानिक लोकांना दर्शनाची संधी प्राधान्याने दिली पाहिजे आणि त्यांनी त्याची व्यवस्था केली. मल्लिकार्जुनला या गोष्टीचे नवल वाटले. वारीत ही त्याची पहिलीच पोस्टिंग होती आणि त्याने यापूर्वी इतके उत्कृष्ट संघटन कौशल्य व व्यवस्थापन कधीच पाहिले नव्हते. इतक्या भव्य कार्यक्रमाचा आपण एक भाग आहोत याचा त्याला अभिमान वाटत होता. त्याला आपल्या लोकांचा, महाराष्ट्राचा, आपल्या संस्कृतीचा अभिमान वाटत होता.

स्थानिक लोक पादुकांच्या दर्शनासाठी रांगा लावत होते आणि वारकरी मंडळी भरपूर दमल्यानंतर आता हक्काची विश्रांती घेण्याची तयारी करत होते. त्यांच्या त्यांच्या दिंड्यांनी तासाभरातच स्वयंपाक करून शंभर हजारो वारकऱ्यांना जेवण द्यायला सुरुवात केली होती. इतके विविध प्रकारचे मानवी समूह इतक्या गुण्यागोविंदाने आणि कार्यक्षमपणे एकत्र राहण्याचे उदाहरण जगात इतरत्र क्वचितच सापडेल. एसआरपीएफचे वरिष्ठ अधिकारी मुख्य पोलीस नियंत्रण कक्षात आले आणि वारीच्या संघटकांशी बोलले. सर्वकाही ठीक होते. एक अधिकारी मल्लिकार्जुनजवळ आला आणि त्याला पादुकादर्शनासाठी लागलेल्या रांगेजवळ रात्रभर थांबण्यास सांगितले. त्याने रात्रभर तेथेच कर्तव्य बजावायचे होते कारण ती सर्वाधिक महत्त्वाची जागा होती.

दर्शनाभिलाषी भाविकांच्या रांगेच्या बाजूला एक खुर्ची आणि टेबल टाकून तो बसला. रात्री उशिरा मुख्य द्वारातून पादुकांचे दर्शन घेणे थांबविण्यात आले आणि बाजूच्या एका लहान दारातून भाविकांच्या लहान लहान गटांना दर्शन घेण्यासाठी पाठविण्यात येऊ लागले. बाहेर पाऊस पडत असल्यामुळे दोन तीन वारकरी दिंड्या आपापले कीर्तनकार आणि वीणाकऱ्यांसह रिकाम्या झालेल्या मुख्य रांगेच्या तंबूत येऊन बसले. त्यांनी भजन कीर्तनाला सुरुवात केली. काही वेळेस ते सोबत गात तर काही वेळेस एकमेकांना आव्हान देत. काही वेळेस एका समूहाने एक अभंग म्हटला कि दुसरा त्याच्यापुढचा अभंग म्हणे. इतकी भव्यता, इतकी परिपूर्णता त्याने आजपर्यंत कधीच पहिली नव्हती, अनुभवली नव्हती! मल्लिकार्जुनने अमरावतीला आणि सोलापूरजवळील आपले मूळगाव गाणगापूरला भजनी मंडळे पाहिली होती परंतु भजनात इतकी भव्यता आणि पूर्णता, जी त्याने आज रात्री पाहिली, कधीच आणि कोठेच पाहिली नव्हती.

लवकरच मध्यरात्र झाली आणि मल्लिकार्जुनला थकल्यासारखे वाटू लागले. परंतु कीर्तनकार मात्र काही थकल्यासारखे वाटत नव्हते. ते गातच होते. कधी मोठ्याने तर कधी हळू आवाजात, कधी समूह स्वरात तर कधी मोठ्या जाणत्या कीर्तनकाराच्या मागे. आधी गायलेले कोणतेच भजन ते पुन्हा गात नव्हते आणि त्यांना अजूनही बरीच भजने पाठ असावीत असे वाटत होते. त्या तंबूत बसलेल्या प्रत्येक कीर्तनकाराला, प्रत्येक वारकऱ्याला गायली जात असलेली सर्वच भजने पाठ आहेत असे मल्लिकार्जुनला आश्चर्याने वाटत होते. हे सर्वच अगदी अविश्वसनीय होते. त्याचवेळी पाऊस कमी झाला होता, थोडीथोडी भुरभूर चालू होती.

पहाटेचे झुंजुमुंजु झाले. दिशा उजळू लागल्या. किर्तनकर्त्याने खुणेनेच ते एकमेकांना दाखवले. धडपडल्यागत ते उठले आणि तंबूबाहेर आले. मोकळ्या होणाऱ्या आकाशाखाली ते गाऊ लागले. शेजारच्या तंबूतले वारकरी जागे होऊन बाहेर आले आणि त्यांनी गाणाऱ्या वारकऱ्यांबरोबर गायला सुरुवात केली.

त्यांचा आवाज ऐकून जवळच्या तंबूतले वारकरी मृदुंग घेऊन बाहेर आले. आणि सर्वांच्यामध्ये उभे राहून गाण्याला आपल्या मृदुंगाचा ठेका देऊ लागले. हळूहळू

टेंपो वाढला तसे वारकरी आपल्याच जागेवर तालात नाचू लागले. नाच कसला मागेपुढे झुलत मृदुंगाच्या थापेवर स्वत:भोवतीच एक गिरकी मारायची आणि एक आवाजात पुकारायचे ''विठठला''

असा हा जोश वाढतच गेला. हे सर्व वारकरी असेच जवळपास एक तास नाचत आणि गात राहिले आणि शेवटी त्यांनाही थकवा जाणवायला लागला. मध्यरात्र उलटून आता एक तास झाला होता परंतु मल्लिकार्जुनला वेळेचा काही पत्ताच लागला नाही. लवकरच ४ वाजतील आणि पहाटेच्या प्रार्थनेची वेळ होईल त्यापूर्वी थोडी झोप झाली तर बरे होईल असे त्याला वाटले. परंतु कीर्तनकारांना असे वाटत नसावे! ते हळू आवाजात अजूनही गातच होते. गर्दी नाहीशी झाली होती.

बाहेरून या भजनी मंडळीत आलेले वारकरी परत आपल्या राहुट्यांत गेलेच नाहीत. ते यांच्यासोबतच खुल्या आभाळाखाली झोपी गेले. मुख्य गायक जमिनीवर पसरवलेल्या ताडपत्रीवर बसले, शांत झाले. तीन चार कीर्तनकार आणि दोन वीणेकरी हळू आवाजात अजूनही गात होते.

आणखी काही वेळाने एकूण एक जण शांत झाला. एक कीर्तनकार आणि त्याला वीणेची साथ देणारा एक वीणाकरी सोडून! आता दोन वाजून गेले होते तरीही मल्लिकार्जुनला झोप येत नव्हती, त्या एकट्या कीर्तनकाराचे मृदू आवाजातील भजन ऐकतांना तो जणू मंत्रमुग्ध झाला होता. तो कीर्तनकार थकलेला वाटत नव्हता, तो एकानंतर एक अभंग गात होता. थोड्याच वेळात वीणाकरीही झोपी गेला. मग या कीर्तनकाराने त्याची वीणा आपल्या खांद्यावर घेतली आणि भजन गाता गाता वीणाही वाजवू लागला.

त्याच्या भजनाने स्वर–माधुर्याची अशी काही गंगा वाहत होती जीला थांबावे कसे हे माहितच नव्हते. तो कीर्तनकार मृदू आवाजात भजन म्हणत चालत होता, जणू प्रत्येकाला झोपी घालत होता. मल्लिकार्जुनला स्वतःचे भान राहिले नाही तो अलगद आपल्या खुर्चीतून उठला, त्या कीर्तनकाराजवळ गेला आणि त्याचे चरणस्पर्श केले. कीर्तनकाराने आशीर्वाद दिले आणि भजन म्हणत, वीणेची तार छेडत पुढे चालू लागला. तो कोणतेतरी क्लिष्ट अभंग म्हणत होता जे सर्वसाधारणपणे ऐकायला मिळत नव्हते. ते जणू न संपणाऱ्या छंदातले होते!

प्रत्येकजण शांत झोपी गेला होता. एकाचीही चुळबुळ नाही. संपूर्ण छावणीत निरव शांतता पसरली होती, फक्त बाजूच्या रस्त्यावरून जाणाऱ्या एखाद्या दुसऱ्या वाहनाचा थोडा आवाज अधूनमधून येत होता. मल्लिकार्जुन त्या कीर्तनकाराकडेच पाहत होता, त्याच्या मधुर स्वराने त्याला मोहिनी घातली होती. ते अभंग हजारो वारकऱ्यांच्या ह्रदयापर्यंत जाऊन परत येत होते. मल्लिकार्जुनला शब्द ऐकू येत नव्हते परंतु त्याला सूर गवसला होता. तो कीर्तनकार चालत मल्लिकार्जुन पर्यंत येई आणि परत जाई पण त्याचा आवाज त्याच्या कानातून जातच नव्हता. तो त्याला सतत सारखा ऐकू येत होता. हे म्हणजे विलक्षणच होते!

अचानक पाऊस सुरु झाला, जास्तच वाढला. उघड्यावर झोपलेले सर्वजण पटापट उठले, आपापली पथारी उचलली आणि वेगवेगळ्या राहुट्यांमध्ये पळाले. त्यांना आपापल्या राहुट्या बरोबर माहित होत्या. मल्लिकार्जुनला मात्र याही गोष्टीचे आश्चर्य वाटले कारण हा संपूर्ण आराखडा सारखाच वाटत होता. काही क्षणातच सर्वजण राहुट्यांत सामावून गेले, उघड्या जागेवर कोणीच उरले नाही. पण तो कीर्तनकार मात्र एका झाडाजवळ असलेल्या एका फलकाखाली उभा राहून अजूनही गातच होता.

कोसळणाऱ्या पावसाचा त्याच्यावर जणू काही परिणामाच होत नव्हता. सुरुवातीला त्याच्याकडे कोणाचेच लक्ष नव्हते. मल्लिकार्जुनची नजर मात्र त्याच्यावरून ढळलीच नव्हती. त्याच्या अभंगांचा गजर पावसाच्या कडकडाटापेक्षाही मोठ्याने गरजू लागला नि हळूहळू प्रत्येकाचे त्याच्याकडे लक्ष गेले. पहाटेचे तीन वाजून गेले होते आणि तो एकटाच अजूनही गात होता. पाऊस काही खूप जोरात नव्हता परंतु अधूनमधून वीजा मात्र चमकत होत्या. प्रत्येकवेळी आकाशात वीज चमकली कि त्या कीर्तनकारावर प्रकाशझोत पडत असे आणि काळोखात एखादा हिरा चमकावा तसा तो चमकत असे.

काही वारकऱ्यांनी चर्चा केली आणि दोन तरुणांना त्या कीर्तनकराला मुख्य रांगेच्या राहुटीत येण्याची विनंती करण्यास सांगितले. ते दोन तरुण त्याच्याकडे गेले आणि रिकाम्या हाताने परत आले, ते त्याला परत येण्यास राजी करू शकले नाही. यानंतर दोन चार जाणते कीर्तनकार मल्लिकार्जुनकडे आले आणि त्यांनी त्याला त्या कीर्तनकाराला आपल्या सोबत येण्यास सांगितले.

त्यांच्याशी सहमत होत मल्लिकार्जुन एक मोठी छत्री घेऊन त्या कीर्तनकाराला आणायला गेला. त्याने त्याला आपल्यासोबत राहुटीत येण्याची विनंती केली. कीर्तनकाराने जणू त्याचे बोलणे ऐकलेच नाही, तो गातच राहिला. मल्लिकार्जुन त्याच्याकडे निरखून पाहत राहिला, त्या अभंगांमधून शब्दातीत अशी विलक्षण उर्जा बाहेर पडत होती!

त्या कीर्तनकाराचे डोळे मिटलेले होते, त्याचे शरीर पुलकित होत होते, तो आनंदसागरात डुंबत होता. तो आपल्या सख्या पांडुरंगासाठी प्रेमाचे अभंग गात होता. मला ताबडतोब पंढरपूरला घेऊन चल असे म्हणत होता. हे प्रेमाचे भांडण मोठे विचित्र होते. एका क्षणी तो देवाला विचारात होता कि तू पंढरपूरची वारी इतकी लांब का ठेवलीस? तू पंढरपूरहून लगेच मला भेटायला का येत नाहीयेस? माझ्यासोबत का राहत नाहीयेस? आणि दुसऱ्या क्षणी तो म्हणत होता तू पंढरपूरची वारी आणखी खूप खूप लांब का करत नाहीस म्हणजे मग मला तुझे भजन गाता येतील, गातच राहता येतील.

तो आलाप, ते अभंग, तो स्वर, 'स्वरुपात' ध्यानस्थ झालेल्या त्या कीर्तनकाराचे दर्शन इतके मधुर, इतके अवर्णनीय होते ते पाहून मल्लिकार्जुन थक्कच झाला. त्याने फक्त त्याच्याजवळील छत्री त्यांच्यावर धरली. तो स्वतः पावसाने पूर्ण भिजला परंतु त्याला याचे भानच नव्हते. जर याची दशा अशी होती तर कीर्तनकाराची कशी असेल? आता तो त्या सगळ्या पुण्यात्मा संतांच्या भाग्याचा हेवा करत होता जे विठूरायाच्या चरणी लीन झाले होते आणि ज्यांना त्याचे सानिध्य प्राप्त झाले होते.

तो स्वतःलाच दोष देत होता. माझा विश्वास कमी आहे म्हणून तुला पाहायला मला पंढरपूरला यावे लागत आहे. नाहीतर तू कोठे नाहीस? अशी एकही जागा नाही जेथे तू नाही. अशी एकही वेळ नाही जेव्हा तुझे असणे नाकारता येईल. अशी एकही परिस्थिती नाही जिच्यात तू नाहीस. तू आहेस. या क्षणात आहेस. येथील कणाकणात आहेस. आपल्या भक्तांच्या संरक्षणासाठी तू सदैव त्यांच्या बरोबर असतोस. मला दिसत नसला तरी तू येथे आहेस, मला पाहत आहेस.

हे ऐकतांना मल्लिकार्जुन जणू दुसऱ्याच जगात पोहचला होता. त्याला एका

कीर्तनकाराशिवाय दुसरे कोणीच दिसत नव्हते. त्याला छावणी दिसत नव्हती, पाऊस दिसत नव्हता, ओलावा जाणवत नव्हता, राहुट्या दिसत नव्हत्या नि रात्रही दिसत नव्हती. त्याला फक्त अभंग ऐकू येत होते आणि वीणा ऐकू येत होती जी त्या कीर्तनकाराच्या आज्ञेनुसार स्वरांची उधळण करत होती. तिथे बाकी काहीच नव्हते.

त्याक्षणी मल्लिकार्जुनच्या डोळ्यांसमोर अचानक संपूर्ण प्रकाश झाला. त्या दिव्य प्रकाशात त्याने धरलेल्या छत्रीखाली प्रत्यक्ष विठ्ठलच खांद्यावर वीणा घेऊन अभंग गातांना त्याला दिसला. आणि दुसऱ्याच क्षणी त्याला परत तोच कीर्तनकार आपल्या मधुर आवाजात अभंग गात असलेला दिसला.

काही क्षणांनी कीर्तनकाराने डोळे उघडले, मल्लिकार्जुनकडे पाहिले आणि म्हणाला, माऊली, आपण कृपा केलीत. पावसापासून माझ्या रक्षणासाठी माझ्या डोक्यावर छत्री धरलीत. पण हे रक्षण म्हणजे बाण सोडण्यापूर्वीचं त्याला ताणून धरणच नाही का? पण रक्षण म्हणजेसुद्धा एक बहाणाच नाही का? मला माहित होत माझा विठ्ठल, माझा पांडुरंग मला कधीच दुरावा देणार नाही. जेव्हा मी गात होतो, त्याला हाका मारत होतो तेव्हाही तो येथेच होता. काही क्षणांपूर्वी अचानक माझ्या डोळ्यांसमोर सर्वत्र प्रकाश पसरला आणि मी त्याक्षणी तुम्हाला पाहिले, तो पांडुरंग, माझा विठ्ठल – तुम्ही येथेच, माझ्यासमोर रक्षणासाठी उभे आहात. मी धन्य झालो. खरंच धन्य झालो, अरे माझ्या विठ्ठला !!!

मुंगी उडाली आकाशीं ।
तिणें गिळीलें सूर्याशीं ।।१।।

थोर नवलाव जांला ।
वांझे पुत्र प्रसवला ।।२।।

विंचु पाताळाशी जाय ।
शेष माथां वंदी पाय ।।३।।

माशी व्याली घार झाली ।
देखोनी मुक्ताई हांसली ।।४।।

- संत मुक्ताई

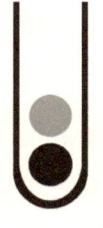

पांडुरंगा विठ्ठला!!! आता तुम्ही आमचे आहात...

त्याची आई इंदू हिने त्याला बजावले होते. यावेळीही वडील इतर गावकऱ्यांसोबत आळंदी ते पंढरपूर वारीला निघून जातील, आपल्याला नेणार नाहीत या विचाराने दहा वर्षांचा रघू थोडा नाराज होता. वडिलांच्या शब्दाबाहेर जायचे नाही म्हणून आईनेही आधीच बजावून ठेवले होते. वडिलांचे म्हणणे होते तू थोडा मोठा झालास कि तुला वारीला जाता येईल. आपले सर्व शेजारीही वारीला जाताहेत म्हणून तू सुद्धा जाणे आवश्यक नाही असे त्यांनी सांगितले. जेव्हा तुझी वेळ येईल तेव्हा तो स्वतः तुला बोलवेल. तो स्वतः मला बोलवेल? तोपर्यंत तू तुझ्या कर्तव्याचे पालन कर.

आईने त्याला त्यांना निरोप देण्यासाठी वेशीवरच्या देवळांत यायला सांगितले होते. रघू गोंधळून गेला होता. पांडुरंग त्याला कसा आणि केव्हा बोलावणार हेच समजत नव्हते. पण त्याचा आपल्या वडिलांवर पूर्ण विश्वास होता. त्यांच्या म्हणण्याप्रमाणे १-२ वर्षांत पांडुरंगच आपल्याला बोलवणार यावर त्याने विश्वास ठेवला. त्याचा त्याच्या वडिलांवर पूर्ण विश्वास होता. त्याला माहित होते की वडील कधीच आपल्याशी चुकीचे बोलणार नाहीत. त्यांनी आजपर्यंत जे जे सांगितले ते तसेच झाले. म्हणून ते म्हणताहेत पांडुरंग आपल्याला बोलावण पाठवेल तर नक्कीच पाठवेल.

त्यांनी गावातील मंदिरातून त्या वीस वारकऱ्यांना निरोप दिला. येथून आळंदीला जाऊन ते वारीत सामील होणार होते. आळंदीहून पंढरपूरला जातांना ते परत वारीसोबत याच मार्गाने येणार होते आणि दरवर्षीप्रमाणे शेजारच्या शिवरी या

गावात मुक्काम करणार होते. पिढ्यानपिढ्या संत ज्ञानेश्वरांची पालखी शिवरी येथे मुक्काम करत आली होती. यावेळी भजन कीर्तन होई. रघूच्या आईला शिवरीत राहत असलेल्या आपल्या बहिणीकडे, अश्विनीकडे, जाऊन वारीच्या स्वागताची तयारी करण्याची घाई झाली होती.

घरात फक्त रघू आणि त्याचे ऐंशी वर्षांचे आजी आजोबा, सुपा आणि आनंदीच राहिले. ही परिस्थिती रघुला आवडली कारण सुपा त्याला खूप साऱ्या चांगल्या गोष्टी सांगत असे. वारीबद्दल तर त्यांच्याकडे गोष्टींचा खजिनाच होता. आजोबांनी पन्नासहून जास्त वर्षे वारी केली होती. ते रघूला दररोज वारीत काय काय होत असेल हे सांगत असत. वारीबद्दल इतक्या चांगल्या चांगल्या गोष्टी ऐकून वारीत जाण्याचा रघूचा निश्चय आणखीनच पक्का होत असे.

परंतु घरातून पळून जाऊन वारीत सहभागी होऊ नकोस, असे करणे बरोबर नाही, असे सुपाने रघूला सांगून ठेवले होते. म्हणून रघूने तो विचार सोडून दिला होता. आता रघू वारी शिवरीला येण्याची वाट पाहत होता. वारी येण्याच्या आदल्या रात्री तो आपल्या आजी आजोबांसोबत त्याच्या मोठ्या बहिणीच्या घरी जाणार होता. वारीच्या पुढे चालणारे काही एकटे दुकटे मनमौजी वारकरी हे रात्रीच किंवा पहाटेच शिवरीत दाखल होतील. आसपासच्या गावकऱ्यांनी वारकऱ्यांसाठी रस्त्याच्या बाजूला खाण्यापिण्याची, पांघरुणाची सोय केली होती. कोणाला विश्रांतीची गरज असल्यास राहुट्याही उभारल्या होत्या. रघूच्या मावशीकडे शेतातच वारकऱ्यांना थांबण्याची सोय करण्यात आली होती. त्यांच्या शेतात मोठी विहीर होती. त्यावर इलेक्ट्रिक पंप बसवलेला होता. वारकऱ्यांना पिण्यासाठी, स्वयंपाकासाठी आणि अंघोळीसाठी लागणाऱ्या पाण्याच्या टाक्या भरून ठेवायची जबाबदारी रघूकडे देण्यात आली होती.

शेजाऱ्याच्या ट्रॅक्टरमध्ये बसून रघू आणि त्याचे आजी आजोबा शिवरीला आले. अश्विनी मावशीकडे घाई घाईने जेवणे आटपून रघू, सुपा आणि आनंदी शेतातील एका शेडमध्ये आले. त्यांनी पुढच्या ३-४ दिवसांसाठी आपला पसारा लावला. जवळजवळ संध्याकाळ झाली होती. रघूच्या आजी आजोबांना किमान शंभर हजार वारकऱ्यांच्या आगमनाची ओढ लागली होती. त्यांची सेवा करण्यासाठी हे

तिघेही उत्सुक होते. त्यांनी झोपायची तयारी केली तेवढ्यात पाऊस सुरु झाला. सुरुवातीला रिमझिम पडणाऱ्या पाऊसाने लवकरच रौद्र रूप धारण केले.

रघूला झोप येईना. देहू, आळंदी, पुण्याला पाऊस असणार आपल्या वडिलांची त्याला काळजी वाटूं लागली. त्याची अस्वस्थता पाहून आजीने त्याची विवंचना ओळखली ती उठून बसली. रघूला धीर देत ती म्हणाली, रघू काळजी नको करू बाबा रे. तुझे बाबा वर्षानुवर्ष वारी करताहेत ते स्वत:ची काळजी घ्यायला समर्थ आहेत. तिने त्याला धीर दिला कि त्याचा बाप, तिचा मुलगा आहे, ती मुलाला चांगले ओळखते. तो कित्येक वर्षांपासून वारीत जातो आहे आणि अशावेळी काय काळजी घ्यावी हे त्याला चांगले माहित आहे. गेल्या शेकडो वर्षांत पुरंदरच्या एकाही वारकऱ्याने मध्येच वारी सोडलेली नाही असेही तिने त्याला सांगितले.

रघु आपल्या आजीसोबत नामस्मरण करत होता तर सुपा मात्र निवांतपणे घोरत होता. त्यांनी शेडमध्ये छान शेकोटी पेटविली होती. त्यांच्यासोबत त्या शेडमध्ये काही गाई, बैल, म्हशी तसेच तीन कुत्री आणि काही कोंबड्या असा सगळा परिवारही होता. सगळ्यांना पावसापासून संरक्षण हवे होते. शेडमधील वातावरण उबदार होते परंतु रघुचा जीव लागेना म्हणून तो उठून बाहेर आला आणि पुढे पत्र्याच्या छताखाली पाऊस पाहत बसला. बारामतीकडे जाणारी अतिजलद बस जातांना पाहून त्याने अंदाज काढला कि मध्यरात्र उलटून गेली असावी. रस्त्यावर आता कोणतेच वाहन नव्हते आणि अंधुक चंद्रप्रकाशात ओला डांबरी रोड चकाकत होता.

अकस्मात कोणाची तरी सावली रस्त्यावरून सरकताना दिसली. कोणीतरी माणूस असावा. भर पावसातून शांतपणे चालला होता. या मुसळधार पावसाचा त्याच्यावर काहीच परिणाम होतांना दिसत नव्हता. तो अगदी शांतपणे, आपल्याच तंद्रीत चालत होता. रघूने आजी-आजोबांना हांक मारली. दोघेही पडवीत आले. जोरदार पावसांत चाललेल्या त्या व्यक्तीचा मूर्खपणा पाहून आजीला नवल वाटले. तो माणूस निश्तीतच पुण्याकडे जात नव्हता. वारकरी होता का तो ?

रघू त्या शांत रस्त्याकडे पाहत होता तेवढ्यात त्याला एक मोठी सावली दिसली. कोणीतरी त्या रोडवरून चालत जात होते. कदाचित तो एक माणूस असावा परंतु तो असा चालत होता की जणू त्याच्या आसपासच्या परिस्थितीचे त्याला भानच नसावे. रघूने पळत आत जाऊन आपल्या आजी आजोबांना उठवले. तेही लगेच त्याच्याबरोबर बाहेर आले. त्यांनी त्या माणसाकडे पाहिले. तो वारकरी असावा का? तो पुण्याकडे जातांना दिसत नाहीये. त्याचे कपडेही वारकऱ्यासारखे नाहीत. त्यांनी थोडावेळ विचार केला, एकमेकांकडे पाहिले. मग आनंदीने रघुकडे दोन प्लास्टिकची पोती दिले आणि त्या माणसाला आपल्यासोबत शेडमध्ये घेऊन यायला सांगितले.

तो लहान मुलगा एकटाच भर पावसात रोडवर गेला आणि त्या माणसाच्या पुढे जाऊन उभा राहीला. त्याला त्याची भीती वाटली नाही. त्याने त्याला आपल्याबरोबर यायला सांगितले. तो रघुसोबत शेडमध्ये आला. तेथे आल्याबरोबर सुपाने त्याला ओले कपडे काढायला लावून काही कोरडे कपडे घालायला दिले. मग त्यांनी त्या माणसाला शेकोटीजवळ बसवले. तो एखाद्या आज्ञाधारक विद्यार्थ्याप्रमाणे सांगितलेले करत होता. रघु त्याच्याकडे पाहत होता आणि विचार करत होता कि एवढ्या भयंकर पावसात मध्यरात्री हा माणूस असा वेड्यासारखा रोडवर का फिरत असेल?

आनंदी आजी चहा करायला गेली. सुपा आणि रघु आपल्या विचित्र पाहुण्याकडे पाहू लागले. हे महाशय वेगळेच दिसत होते. ते पुरंदरचे नक्कीच नव्हते. उंच शरीरयष्टी, रुंद खांदे, गोरीपान कांती, सैन्यातील जवानांसारखा हेअरकट, अंगावर कोणताच अलंकार नाही कि गोंदण नाही. त्यांना शेकोटीच्या उबेने थोडे बरे वाटत असावे असे दिसत होते. तेवढ्यात चहा आला. रघुने त्याला चहा दिला आणि आपला चहा घेऊन तो बसला. तिलाही याची सवय होती म्हणून तीही शांत पडून राहिली. त्या चौघांनी शेकोटीकडे पाहत आपापला चहा संपवला.

यानंतर सुपाने त्या माणसाला सरळच विचारले,''माउली कुठले तुम्ही इतक्या कोसळणाऱ्या पावसांत, रात्रीचे, कुठे चालला होतात? हा हमरस्ता आहे. गर्दीचा आहे एकाद्या भरधाव वाहनाने ठोकर मारून तुमचा जीव घ्यायला कमी केले

नसते.'' त्या माणसाने सुपाकडे पाहिले आणि म्हणाला, ''मला नाही माहीत. मला माझे नाव माहीत नाही मी कुठला आणि कुठून आलो तेहि मला माहित नाही गेले ६ ते ७ दिवस मी वेगवेगळया रस्त्यावरून फिरतोय, बसस्टँडवर आणि रेल्वे स्टेशनवर बसतोय, पण मला काहीच आठवत नाही. मी का या रस्त्यावर आलो मला माहित नाही. पावसाचा मला काही त्रास जाणवला नाही. दिवस निघाला तेव्हापासून मी चालत होतो, संध्याकाळ झाली तरी चालत होतो, पाऊस पडायला लागल्यावर खरतर मला आनंद झाला.''

रघु, सुपा आणि आनंदीने त्या पाहुण्याकडे आश्चर्यचकित नजरेने पाहिले. आनंदी म्हणाली, ''तुला स्वतःविषयी काहीच आठवत नाही? अरे देवा! तू चांगल्या घरचा दिसतोस. तुला मराठी बोलता येते म्हणजे तू महाराष्ट्रातलाच असला पाहिजे. तुला आठवत का तुला किती वर्षांपासून मराठी बोलता येत?''

पाहुण्याने आजीकडे पाहिले आणि हसून म्हणाला, ''ताई, तू पहिलीच व्यक्ती आहेस जिने या गोष्टीकडे लक्ष दिले. आतापर्यंत मी खूप लोकांशी बोललो परंतु कोणीच माझ्या मराठी बोलण्याला महत्त्व दिले नाही. एकच वाक्य बोलून, एकच प्रश्न विचारून तू मला खूप विशेष मदत केली आहेस.''

सुपा जोरात हसले आणि म्हणाले, ''ओ माउली, काळजी सोडा! तुम्ही आमच्या गावात, आमच्या घरी आलात, आता तुम्ही आमचे आहात. आम्ही तुम्हाला घालवणार नाही. तुम्ही आता पुरंदर देवभूमीमध्ये आहात. रघुच्या आजीसाठी तुम्ही आता तिचा दुसरा मुलगाच आहात.'' रघुकडे पाहत सुपा म्हणाले, पांडुरंगाचे खेळ मोठे विलक्षण असतात बाळा! तू मला विचारत होतास ना कि ''पांडुरंग कसा बोलेल तुझ्याशी? बघ, ही त्याच्या बोलण्याची एक पद्धत आहे. तो सेवा करण्याच्या वेगवेगळ्या संधी आपल्याला देत असतो.''

रघुला सुपाचे बोलणे कळेना. या वेडसर माणसाचा विठ्ठलाशी काय संबंध? याच्याद्वारे देवाला मला काय संदेश पाठवायचा असेल? याला तर स्वतःचे नाव देखील आठवत नाही, हा मला काय सांगेल? रघुचा गोंधळलेला चेहरा पाहून सुपा पुन्हा हसले आणि म्हणाले, ''विचार कर. तू या माणसाला रस्त्यावर पाहिले. तूच

त्याला इथे आणले. आता तूच याची सेवा करणार आहेस. तो आपल्याला संधी देतो पण कधी कधी त्या समस्यांच्या रूपाने येतात. ओय! ओय! ओय! हीच पांडुरंगाची भाषा आहे. असंच तो आपल्याशी बोलत असतो. आपण त्यांना ओळखले पाहिजे. आज त्याने आपल्यासमोर किती मोठी समस्या आणून ठेवली आहे. लक्षात घे! जेवढी मोठी समस्या तेवढी मोठी संधीही!''

तो पाहुणाही आजी–नातवाचे हे बोलणे ऐकत होता. तो रघुला म्हणाला, ''यांचे म्हणणे बरोबर आहे. मला माहित नाही मी त्या रस्त्यावर का चालत होतो आणि मी तुझ्याबरोबर का आलो. तुझी आजी जसं म्हणाली तसं हीच पांडुरंगाची भाषा असेल तर मी तुझ्या आजोबांवर विश्वास ठेवेन. आता मी तुमच्या ताब्यात आहे. तुम्हाला मला मदत करावीच लागेल. आता या क्षणी तुम्हा तिघांशिवाय माझे कोणीच नाही.'' हे बोलणे ऐकून रघुने आपल्या आजोबांकडे प्रश्नार्थक मुद्रेने पाहिले आणि आजोबांनीही होकारार्थी मान डोलावली.

आनंदी आजी या सगळ्यांकडे कौतुकाने पाहत होती. सुपा आणि ती कित्येक वर्ष वारीत जात असत. त्यांच्या जीवनात खूप सारे विलक्षण प्रसंग आले होते. तिचा विठ्ठलावर ठाम विश्वास होता. अचानक एखादी घटना घडली तर त्यामागे पांडुरंगाचा काहीतरी उद्देश असतो हे तिला माहित होते. असा विचार करून तिने प्रत्येकाला झोपी जायला सांगितले कारण उद्या पहाटेच वारकरी मंडळी गावात दाखल होतील.

दुसऱ्या दिवशी पहाटेच सुपा आणि रघू वारकरी मंडळींसाठी अंघोळ, स्वयंपाक, विश्रांती इत्यादींसाठी जागेची साफसफाई आणि व्यवस्था करायला लागले. पाण्याची व्यवस्थाही करायची होती. रस्त्यावर, शिवरीजवळ इतर गावकरीही हीच कामे करत होते. रघुची आई इंदू आणि अश्विनी मावशी ही त्यांच्या मदतीस आल्या. रघूने त्यांना त्या पाहुण्याबददल उत्सुकतेने सांगितले. पण त्यावर कोणीच कांही बोलले नाही. रघु थोडा निराश झाला. त्याला वाटले होते ही गोष्ट ऐकून त्यांना मोठे आश्चर्य वाटेल, त्या लगेच त्या माणसाला पहायला जातील. पण त्यांना अजिबातच आश्चर्य वाटल्याचे जाणवले नाही. त्या सुपाला मदत करत राहिल्या. रघूला या गोष्टीचा राग आला. तो त्याच्या आईला म्हणाला, रागाने तो

आईला म्हणाला,''आई, तुला माहित आहे. दादा म्हणतात पांडुरंग माझी परीक्षा घेतोय त्यानेच त्या गृहस्थांना माझ्याकडे पाठवले आणि मी त्यांना मदत करायची आहे. कसे शक्य आहे हे ?''

इंदू आणि अश्विनी दोघींनीही त्याच्याकडे हसून पाहिले. इंदू म्हणाली, ''तुझ्या आजोबांचं ऐक बाळा. आपल्या गावात येत आहे ना ती ज्ञानबांची पालखी आहे आणि ती प्रत्यक्ष विठ्ठलाकडे चालली आहे. तुला काय वाटत, दरवर्षी दहा लाख लोक का म्हणून पंढरपूरला पायी जातात? इतरत्रही जेथे कोठे पांडुरंगाचे देऊळ आहे तेथे आषाढ महिन्यात दुसरे वीस लाख भक्त त्याची पूजा उत्सुकतेने करतात? कारण त्यांना माहित असते की ते पांडुरंगाला पाहात असतात व त्यांच्याशी बोलत असतात. तो आपण एकमेकांशी बोलतो तसे आपल्याशी बोलत नाही. त्याची भाषा न्यारी आहे. तो आपल्याला मार्ग दाखवतो. सेवा करायची संधी देतो आणि सेवा कशी करावी हेही शिकवितो. माझ्या सोन्या, तुझ्यावर विठ्ठलाची कृपा झाली आहे. त्या अनोळखी माणसात विठ्ठलाला पाहण्याची तुला परवानगी मिळाली आहे. या माणसाचे नाव नाही. त्याला स्वत:बद्दल काहीच माहित नाही. तुला हे आशिर्वाद मिळाले आहेत म्हणून तू नक्की ठरव की, तू त्याला कशाप्रकारे मदत करू शकतोस?.''

आजींनी पडवीतून आवाज दिला. तो उभा होता. आजोबांचे कपडे घालून. पुरंदरच्या गावकरी आल्यागत पण खूप वेगळा. आजोबांनी इंदू आश्विनीची त्याच्याशी ओळख करून दिली आणि तो छान मराठी बोलतो हेही सांगितले आश्विनी त्याला म्हणाली, ''मी या गावचीच आहे. रघू आणि दादांनी सांगितले तुमच्याबददल तुमचे मनःपूर्वक स्वागत आहे या माझ्या घरात आणि गावात तुम्ही स्वतःबद्दल काही सांगण्याची गरज नाही आम्ही पंढरीच्या वारकऱ्यांच्या स्वागताची तयारी केली आणि तुम्ही आलात. वा! तुम्ही आमचे पहिले खास पाहुणे आम्ही तुमची व्यवस्थित सोय करतो आहोत की नाही. तो पांडुरंग पहातो आहे. काहीही लागल्यास रघुजवळ निसंकोचपणे सांगा. तो तुमची काळजी घेईल.''

त्या पाहुण्याने मंद स्मित केले, अश्विनी मावशीला नमस्कार करून तो म्हणाला,

''ताई, मी तुम्हा सर्वांचा आभारी आहे. सर्वप्रथम रघूने मला पाहिले आणि येथे आणले. आजीने मला मराठी चांगले बोलता येते याची जाणीव करून दिली. मला सुपा आणि आनंदी आजीची नावेही लक्षात आहेत. मला तुमच्या गावचे नाव पण लक्षात आहे. याचा अर्थ मला थोडे थोडे स्मरणात राहत आहे. माझी परिस्थिती इतकीही वाईट नाही. मला विश्वास वाटतो यापुढे परिस्थिती आणखी सुधारेल. गेले ६-७ दिवस खूपच वाईट गेले. आता मला तुमची मदत करू द्या, रघु आणि सुपा आजोबा म्हणत होते पुढचे दोन दिवस तुम्हाला खूप काम करावे लागणार आहे म्हणून.''

काही वारकरी सुपाकडे पुढे आले होते. त्यांच्या मार्गदर्शनाप्रमाणे आंघोळीची व्यवस्था करायला सुरूवात केली. ८-१० वारक-यांचा गट जीपमधून उतरला. सुपा आणि आनंदी यांना नमस्कार केला. हे वारकरी खूप वर्षांपासून त्यांच्या ओळखीचे होते. त्यांनी स्वयंपाकाची तयारी करण्यास सुरूवात केली. त्यांचे बाकीचे वारकरी थोड्या वेळाने चालत येणार होते.

सारं काही नेहमीसारखच होत. वारी शिवरीत दाखल होत होती. तरीही रघू, सुपा, आनंदी, इंदू आणि अश्विनीला आजचा दिवस वेगळाच जाणवत होता. इंदूने रघूला मिठीत घेतले आणि म्हणाली,''बघ! तुझ्या वडिलांनी तू लहान आहेस म्हणून तुला त्यांच्यासोबत वारीला नेले नाही. पण आता वारी तुझ्याकडे येते आहे, वारकरी तुझ्याकडे येत आहेत आणि त्यांच्याहीपूर्वी प्रत्यक्ष पांडुरंग विठ्ठल स्वत: त्या अनोळखी इसमाच्या रूपाने तुझ्याकडे आला आहे. ही त्याची भाषा आहे माझ्या बाळा. तुला त्याच्याच भाषेत उत्तर द्यायचं आहे. नेहमीच. तुझ्यावर त्याची मोठी कृपा आहे. तू वारीला जातोस कि नाही याला महत्त्व नाही तर प्रत्येक वारकऱ्याच्या ह्दयात स्वत: विठ्ठल आहे.''

कांदा-मुळा-भाजी ।
अवघीं विठाबाई माझी ।।१।।

लसुण-मिरची-कोथिंबिरी ।
अवघा झाला माझा हरीं ।।२।।

ऊस-गाजर-रातळू ।
अवघा झालासें गोपाळू ।।३।।

मोट-नाडा-विहींर-दोरी ।
अवघीं व्यापिली पंढरी ।।४।।

सावता म्हणें केला मळा ।
विठ्ठल पायीं गोविंला गळा ।।५।।

- संत सावता माळी

पांडुरंगा विठ्ठला!!!
आपल्या लाडक्या पांडुरंगाकडे...

आपल्या दिंडीतून बाहेर पडून स्वतःच्याच नादात तो चालत होता. पंढरपूरची ही वारी संस्मरणीय व्हावी अशी त्याची इच्छा होती म्हणून आजूबाजूला घडणारी प्रत्येक गोष्ट नजरेत सामावत अगदी मजेत आणि आपल्याच गतीत तो चालला होता. आळंदीहून पंढरपूरपर्यंतची यात्रा, लाखो वारकऱ्यांची सोबत, त्यांचा उदंड उत्साह आणि प्रचंड उर्जा यांना मर्यादा माहित नव्हत्या. वारीचे वातावरण भारावून टाकणारे होते. मोहन मेननच्या जीवनातली ही पहिलीच वारी आणि आज वारीचा चौथा दिवस!

ते हसत-नाचत-गात-भजनं म्हणत चालले होते. एका क्षणी काही दिंड्या अचानक एकत्र येत, सुंदर समूहनृत्य करीत, दुसऱ्याच क्षणी थांबत आणि पुन्हा चालू लागत. एकेकटे चालणारे भाविक मात्र गंभीरपणे 'राम कृष्ण हरी, राम कृष्ण हरी' चा जप करत मार्गक्रमण करीत होते. ते कोणत्याही कार्यक्रमात सहभागी होत नव्हते.

मोहन मुंबईहून वारीत सहभागी होण्यासाठी आला तो केवळ पुण्याचे त्याचे शेजारी श्री पुरुषोत्तम पंडित यांच्या आग्रहाखातर. पंडित कित्येक वर्षांपासून वारीत जायचे, त्यांनी कधीच वारी अर्ध्यात सोडली नाही. मोहनला केरळच्या सबरीमलाई यात्रेची माहिती होती. तिच्यासाठी लागणारा वेळ, श्रम आणि तयारीची त्याला कल्पना होती परंतु वारीबद्दल त्याने फक्त ऐकलेच होते आणि इतका मोठा प्रवास, इतके लोक, इतके अंतर असा विचार करून तो थोडा घाबरला होता. पंडित यांनी त्याला धीर देत म्हटले होते कि वाटते तितकी वारी

अवघड नाही. तू आरामशीर हे अंतर चालून जाऊ शकशील. ''तुला अजिबात ताण जाणवणार नाही'' अशी हमीही त्यांनी मोहनला दिली होती.

पंडित यांच्यावर विश्वास ठेऊन मोहन त्यांच्या दिंडीत सामील होण्यास तयार झाला. सर्वांत जुन्या, पारंपरिक दिंड्यांपैकी एक असलेली ही दिंडी अत्यंत शिस्तबद्ध आणि वेगवान होती. मोहन तिच्यातून निसटण्याची संधी पाहत होता. त्याने आपला वेग कमी केला आणि हळूच दिंडीतून बाहेर पडला. वारीकडे बाहेरून पाहिल्यावर त्याला ती खूपच आकर्षक वाटली. आजूबाजूला कितीतरी गोष्टी घडत होत्या ज्या पाहण्यात त्याला रस वाटत होता. वारकऱ्यांना वेगवेगळ्या सेवा देणाऱ्या स्वयंसेवी समूहांचा उत्साहही पाहण्याजोगा होता.

मोहन वारीतून बाहेर पडला आणि एका धाब्याबर गेला. एका स्वयंसेवकाने त्यांचा दिंडीचा आय. डी. बॅच पाहून एका पेपर डीशमध्ये गरमागरम उपमा आणि चहाचा कप त्यांच्यासमोर ठेवला. हे सारे वारीतल्या लोकांसाठी मोफत होते. पण पहाटेच्या चहानंतर त्याच्या पोटांत काही नव्हते. दुसरा स्वयंसेवक त्यांचे नवखेपण ओळखून त्यांना म्हटले, काका इथे, शेजारीच टॉयलेटची आणि आंघोळीची सोयसुध्दा आहे बर का. तुम्ही त्याचाही वापर करु शकता. मोहनच्या मनाला मोह पडला दिंडीतल्या, सार्वजनिक विहिरींवरच्या आंघोळीची सवय झाली होती, गेल्या दोन दिवसांचा त्याचा थंड पाण्याचा अनुभव आंबटगोड पण हवाहवासा वाटत होता.

त्या स्वयंसेवकाने दाखविलेल्या जागी मोहन आपले प्रातर्विधी आटोपण्यासाठी गेला. गरम पाण्याने मोकळी अंघोळ झाल्यावर त्याला खूपच छान वाटू लागले. यानंतर पुन्हा एकदा चहा मिळाला, हा आधीच्या पेक्षाही चांगला लागला. मग त्या स्वयंसेवकांचे आभार मानून तो पुन्हा वारीत सामील झाला. त्यांनीही त्याला हसून निरोप दिला. जगातील सर्वांत मोठ्या मानवी एकत्रीकरण सोहळ्यांपैकी एक म्हणजे वारी. एकाच ठिकाणी, इतक्या मोठ्या प्रमाणावर इतक्या माणसांचे एकत्रीकरण! या सोहळ्याचे वेगवेगळे पैलू पाहणे ही मोठी आनंददायी बाब आहे. त्या सर्वांचे कपडे अत्यंत साधे, गरीब श्रीमंत सगळे सारखेच. मोहनला सर्व-महिला असलेली दिंडी जास्त संघटीत वाटली. त्या सगळ्या खूप आनंदात वाटल्या त्या भजनं खूप छान गात होत्या, अगदी लयबद्धरित्या.

मोहन वारीच्या बाजूने चालत राहिला. वारीत प्रचंड विविधता आणि जबरदस्त उत्साह होता. तरीही तिच्यातील शिस्तही विलक्षण होती. पोलीस फक्त असावे म्हणून होते. रस्त्याच्या कडेला मोफत आणि विकत अन्नपदार्थ, चहा, पाणी इत्यादी देणारी खूप सारी लहान लहान दुकाने होती. काही ठिकाणी स्थानिक महिला मंडळांकडून जेवण तयार करून दिले जाण्याच्या पाट्याही लावलेल्या होत्या. हे सर्व पाहून मोहनला मोठे आश्चर्य वाटले, किती अद्भुत! येथे लोक फक्त देण्या आणि देण्यासाठीच आले आहेत, तेही आनंदाने!

पुढे रस्त्याच्या बाजूला त्याला एक पिवळी धम्मक नॅनो कार दिसली. रस्त्यावरच्या एका विहिरीच्या बाजूला ती उभी होती. तेथे काही उघड्या पाण्याच्या टाक्या होत्या ज्यातून वारकरी पाणी घेत होते. त्या कारमधून एक वयस्कर बाई उतरली आणि रोडवर असलेल्या एका छोट्या टपरीच्या मळलेल्या बाकावर बसली. तिची वेशभूषा अगदी परिपूर्ण होती. तिने भरजरी शिफॉनची साडी घातली होती आणि तिच्यावर ती उठून दिसत होती. या वातावरणात मोहनला ती साडी 'फारच भडक' वाटली परंतु त्याने विचार केला कि आपण कोण आहोत निर्णय करणारे? ज्याला जे वाटेल ते घालेल. श्रीमंतांनाही भक्तीचा अधिकार आहे.

मोहन तेथे जवळच उभा होता आणि उत्सुकतेमुळे काहीवेळ तो त्या बाईंकडेच पाहत होता. त्यांच्या हे लक्षात आले, त्यांनी काही वेळ त्याच्याकडे निरखून पाहिले. त्यांनी त्याला हाताने इशारा करून आपल्याकडे बोलावले. मोहनला आश्चर्य वाटून तो त्यांच्याजवळ गेला आणि त्यांनी इशारा केल्याप्रमाणे पुढील बाकावर बसला. त्या बाईंनी मंद स्मित करत म्हटले, ''तुम्ही माझ्याकडे पाहत होतात. तुम्हाला वाटले असेल माझ्यासारखी बाई वारीत काय करतेय? मी काही वारकरी दिसत नाही. हो ना?'' मोहनला आश्चर्य वाटले, तो म्हणाला, ''तुम्हाला कसे काय कळले? खर सांगायचं म्हणजे, मी असाच विचार करत होतो.''

ती म्हणाली, ''अशा नजरा मी दरवर्षी बघते कारण मी दरवर्षी वारी करते. मला चालता येत नाही. पण वारीबरोबर आळंदीहून निघालेल्या दिंडीबरोबर प्रवास करते. दिवसा मी वारीबरोबर बसते आणि त्यांचा भक्तीभाव न्याहाळत रहाते. त्यामुळे माझी मानसिक ताकदही वाढते आणि जगण्याची उर्मीही वाढते. हीच

उर्मी आणि ताकद मला वर्षानुवर्षे जगवत आहे असे म्हणा हवे तर संध्याकाळी जवळपासच्या शहरात जाते. तिथे माझ्या टीमने माझी सगळी व्यवस्था एखाद्या चांगल्या लॉजींग बोर्डींगमध्ये केलेली असते. पुन्हा नव्या दमाने वारी गाठते. मला वाटतय की तुम्ही वारीत नव्यानेच येत आहात.

मोहनने विचार केला, कमालच आहे! यांना हेही कळले? त्याच्या चेहऱ्यावर हसू आणि आश्चर्य स्पष्ट दिसत होते. ते पाहून त्या वयस्क शिफॉन बाई म्हणाल्या, ''मी कसे ओळखले? तुम्ही वारीत नवीन आहात? तुम्ही हळूहळू चालत होतात, प्रत्येक दृश्य डोळाभरून पाहत, प्रत्येक आठवण मनात साठवत. याचवेळी बाकीचे वारकरी पहा. त्यांना फक्त एकच गोष्ट दिसते. त्यांचे डोळे, मन, बुद्धी एकाच गोष्टीकडे लागलेले असतात आणि ती गोष्ट म्हणजे पंढरपूरला आषाढी एकादशीला आपल्या पांडुरंगाची भेट! या भेटीच्या ओढीत त्यांना संपूर्ण जगाचा विसर पडतो.''

''हो. त्यांचा दृढनिश्चय आणि निश्चल भक्ती पाहून मी केव्हाच भारावून गेलोय. ही माझी पहिलीच वारी आहे. माझ्या शेजाऱ्यांनी आग्रह केला म्हणून मी वारीत सामील झालो. त्यांनी मला त्यांच्या अनुभवाबद्दल खूप काही सांगितले, कसे ते दरवर्षी वारीला येतात आणि अंतर्बाह्य बदलून जातात. हे कसे घडते हे मलाही पाहायचे होते. मी गेल्यावर्षीच निवृत्त झालोय आणि माझ्याकडे भरपूर वेळही आहे म्हणून मी आज वारीत आहे. तुम्ही म्हणालात तुमच्यासोबत तुमची माणस आहेत म्हणून? ती कोठे आहेत? ती तुमच्यासोबत वारीत येत नाहीत? तुम्ही नक्कीच खूप श्रीमंत दिसता पण मग तुम्ही या नॅनो कारने का प्रवास करता आहात? तुम्हाला स्वतःला कार चालवतांना मी पाहिले, तुम्ही ड्रायव्हर देखील ठेवलेला दिसत नाही?'' मोहनने एकदम प्रश्नांची सरबत्तीच केली.

''हो. मी स्वतःच नॅनो चालवते. कारण वारीसोबत चालायला आणि पार्किंगला ती सोपी पडते. वारकरी पोहोचण्यापूर्वीच मी माझ्या नियोजित जागेवर येते आणि त्यांच्या येण्याची वाट पाहते. माझ्या थांबण्याची ठिकाणे ठरलेली आहेत. दरवर्षी मी तेथेच थांबते यामुळे स्थानिक स्वयंसेवक आणि गावकरी मला चांगले ओळखतात. ते मला त्यांच्या घरी बोलावतात. तुम्ही म्हणालात ते खर आहे, मी

'खूप श्रीमंत' आहे. मुंबईला माझ्या २-३ कंपन्या आहेत. पण आता तब्येत साथ देत नाही. माझ्या खाण्यापिण्यावर, फिरण्यावर बंधने आली आहेत.'' त्या वयस्कर बाईंनी मोहनच्या सर्व प्रश्नांची उत्तरे दिली.

यावर मोहनची उत्सुकता आणखी वाढली, तो म्हणाला, ''मी तर आत्ताच निवृत्त झालो आहे. मला काही पथ्यपाणी अजून तरी नाही. पण तुम्ही का येता येथे? तुम्ही तर सरळ पंढरपूरला जाऊन व्हीव्हीआयपी कोट्यातून आषाढी एकादशीला विठ्ठलाचे दर्शन घेऊ शकता! दररोज चालता येत नसतांना, वारीत सामील होता येत नसतांना, येथे बसून वारी पाहणे, यात तुम्हाला समाधान वाटते? खरोखर तुम्हाला यातून आनंद मिळतो?''

मोहनच्या या प्रश्नांवर मोठ्याने हसून त्या बाई म्हणाल्या, ''तुम्हाला माहित आहे का वारीतील लाखो लोकांना आषाढी एकादशीला गाभाऱ्यात जाऊन विठ्ठलाचे दर्शन घेताच येत नाही? ८०% वारकऱ्यांना हे माहित असते कि त्यांना मंदिराच्या गाभाऱ्यात जाता येणार नाही. तरीही ते चालत पंढरपूरला जातात. दरवर्षी जातात. त्यांना पुढच्या किंवा त्याच्याही पुढच्या दिवशी गाभाऱ्यात प्रवेश मिळतो. त्यांना केवळ २-३ सेकंदांसाठी त्यांचा देव दिसतो मग लगेच त्यांना ढकलून बाहेर काढले जाते. आपल्या इष्ट देवाकडे पहात ढकलून दिले जाण्यात त्यांना कोणता आनंद मिळतो याची कल्पनाही आपण करू शकत नाही! अशी विलक्षण ही भक्ती आहे. हेच ते काही क्षण असतात ज्यांच्यासाठी ते आसुसलेले असतात.''

''माझे पतीसुध्दा पंढपुरापर्यंत चालत जात. मी त्यांना पुण्यापर्यंत आणून सोडायची आणि पंढरपुराहुन परत येईपर्यंत मित्रमंडळी आणि बिझनेस पार्टनर्स लोकांच्या भेटीसाठी इतर कामे उरकायची आणि त्यांच्याबरोबर परत मुंबईस यायची. त्यांनी तीन वर्षे वारी केली. १० वर्षे झाली आता ते हयात नाहीत. आपल्या लाडक्या पांडुरंगाकडे वैकुंठात जाऊन त्यांनी आपले मनोरथ पुर्ण केले.

हे ऐकून मोहनला वाईट वाटले, तो म्हणाला, ''मला माफ करा. असे काही असेल असे मला वाटले नव्हते. पण याचा अर्थ असा कि तुम्ही गेल्या दहा वर्षांपासून येथे त्या आठवणी जागवण्यासाठी येता? ते जशी वारीची आणि या चालण्याची मजा

घ्यायचे तशी मजा घेण्यासाठी? भावनिकदृष्ट्या हे योग्यही आहे म्हणा. तुमच्या पतीला ज्या गोष्टींमधून आनंद मिळाला त्यांचा अनुभव घेणे तुम्हालाही आनंददायी वाटत असेल. असो. पण त्यांचीसुद्धा एखादी दिंडी असेल ना? तुम्ही तिच्यात सामील होत नाही का? एखाद्या दिवसासाठी तरी.

मोहनच्या या बोलण्याचा त्यांना राग आला तरीही त्यांनी शांतपणे उत्तर दिले, मी माझ्या पतीसारखी वारीची मजा घ्यायला येथे येत नाही. असा विचार करणे पण योग्य नाही. मी येथे येते ते घर आणि कामाच्या व्यापातून काही दिवसांसाठी सुटका मिळते म्हणून. मी येथे कोणीच नसते. मी अनोळखी राहण्याचा प्रयत्न करते. मला माहिती आहे लोक माझ्या महागड्या कपड्यांची आणि गाडीची चर्चा करतात परंतु मी त्याकडे फारसे लक्ष देत नाही. मी वारीचाच एक भाग आहे. मला येथे बसून वारी पाहायला आवडते. काही वेळाने मी पुढे जाईल, किंवा एखाद्या गावकऱ्याच्या घरी जाईल. ते मला ओळखतात मीही त्यांना ओळखते, त्यांच्या मुलाबाळांनाही!''

''आणि यात आणखी एक विचित्र तरीही योग्य विचार आहे, कोणती माहित आहे?'' त्यांनी मोहनला विचारले आणि पुढे म्हणाल्या, ''मी जेव्हा या दृढसंकल्प वारकऱ्यांना सर्व शक्तीनिशी आपल्या ध्येयाकडे झेपावातांना पाहते तेव्हा मला त्यातून माझी व्यावसायिक उद्दिष्टे प्राप्त करण्याची प्रेरणा मिळते. माझी धोरणे ठरविण्यात मला मदत होते. दरवेळेस माझी निश्चयशक्ती आणि कामावरील एकाग्रता वाढते.''

''दिंडीतील वारकऱ्यांचे निर्विवाद संघटन कौशल्य, अद्वितीय शिस्त, प्रचंड आत्मानुशासन आणि वेळेचे अचूक नियोजन पाहून या गोष्टी आपल्या कामात, आपल्यासोबत काम करण्याऱ्या माणसांत कशा उतरतील याचा मी विचार करते. माझ्या घरात, माझ्या व्यवसायात मला भेटणाऱ्या प्रत्येक माणसापर्यंत मी या गोष्टी घेऊन जाते. मी त्याच संघटन कौशल्याची मागणी करते. जर इतकी सगळी माणसे जी वर्षभर एकमेकांना भेटलेली नसतात, कितीतरी जणांनी तर आयुष्यात कधीच एकमेकांना पाहिलेले नसते, इतके दिवस एकत्र राहू शकतात, एकत्र चालू

शकतात, शांततेने आपल्या पांडुरंगाचे दर्शन घेऊ शकतात तर मग इतर लोक, ज्यांना याची खास गरज आहे, असे संघटन कौशल्य का अंगी बाळगू शकत नाहीत?''

रस्त्याने जाणा–या वारक–यांकडे मोहननी परत एकदा पाहिले- नव्या दृष्टीकोनातून. तिचे म्हणणे बरोबर आहे. हे एकमेकांना न ओळखणारे वारकरी कसे काय एकत्र येऊन काम करतात आणि कशी काय शिकविल्यागत शिस्त पाळतात? कसे भांडत नाहीत? वा–या मोडत नाहीत? गेली ४०० वर्षे वारीची प्रथा चालू आहे. त्याबददल कुठे लेखी प्रसिध्दीपत्रके नाहीत किंवा जाहिराती आणि हँडबिल्स नाहीत. वारीला खडज ९००१ म्हणून सर्टीफिकेटही मिळालेले नाही. इतक्या हजारो लोकांना कशी संधी मिळते? त्यांना कोण मार्गदर्शन करते? आणि इतके शेकडो हजारो लोक इतक्या निस्पृहपणे कसे वागतात? इतके सहजगत्या?

असा विचार करून मग तो पुन्हा त्या बाईंकडे पाहत म्हणाला, ''तुम्ही म्हणता ते खर आहे. मी वारीकडे कधी या दृष्टीने पाहिले नव्हते. माझी ही पहिलीच वारी आहे आणि मला अजून बर्याच गोष्टी शिकायच्या आहेत. पण मला खात्री आहे कि तुम्हीही फक्त तुमच्या व्यवसाय वृद्धीसाठी काही येथे आलेल्या नाही आहात. तुमच्या पतींनी आधीच तुमच्या कामगारांना या पद्धतीने मार्गदर्शन केले असेल आणि तुम्ही फक्त तेच पुढे चालू ठेवले असेल. किंवा कदाचित असेही असेल कि तुमच्या कामगारांना तुम्ही एकट्या आहात आणि एवढा मोठा व्यवसाय तुम्हाला सांभाळावा लागतो असे वाटून तुमची दया आल्यामुळे ते तुमचे ऐकत असतील?''

सस्मित चेहऱ्याने त्या म्हणाल्या, ''असेही असेल. परंतु ते जिवंत असतांना मी काही या कामात फार लक्ष घालत नव्हते. मी फक्त एक स्वतंत्र गृहिणी होते. आपल्या विचारांवर ठाम असणारी! पण घर सांभाळतांनाच मी समाजातही मिसळत असे. आमचे व्यावसायिक भागीदार, त्यांची कुटुंबे यांना आम्ही नेहमी भेटत असू. माझ्या पतींसोबत वेगवेगळ्या उपक्रमांमध्ये मी सहभागी होत असे. वारीतही! त्यावेळी ते विचित्र गोष्टी बोलत असत आणि त्या ऐकून मी हसत असे!''

''ते म्हणायचे त्यांचा देव त्यांच्या प्रत्येक कर्मचाऱ्यात आणि त्यांच्या कुटुंबात आहे. तो पांडुरंग प्रत्येकाच्या हृदयात आहे अशी त्यांची श्रद्धा होती. ते प्रत्येक माणसाशी अत्यंत प्रेमाने बोलायचे, मग तो आमचा ड्रायव्हर असो कि घरगडी असो. ते त्यांना त्यांच्या कुटुंबियांबद्दलही विचारायचे. त्यावेळी मला ते खूप विचित्र वाटायचं पण लवकरच मला त्याची सवय झाली.'' पुढे त्या हसत हसत म्हणाल्या, ''आता मी दरवर्षी येथे येते, येथे बसते आणि त्यांना विचारते, कुठे दिसला होता तुम्हाला तुमचा देव? कोठे आहे तो पांडुरंग या वारकऱ्यांमध्ये?'' पुन्हा गंभीर होत त्या म्हणाल्या, ''मला माहिती आहे. एवढ्या वर्षांत मला ते समजले आहे. तुम्हाला देव 'दिसण्याची' गरज नाही. तुम्हाला माहित असते कि तो आहे. तो आहे या लहान लहान मुलींमध्ये ज्या आपल्या घराबाहेर उभ्या राहून जाणाऱ्या वारीकडे पाहत आहेत. तो आहे या छोट्या दुकानांमधून वारकऱ्यांसाठी अन्नपदार्थ शिजविणाऱ्यांसोबत आणि तो आहे त्या स्वयंसेवकांमध्ये जे वारकऱ्यांना निशुल्क चहा नाश्ता देत आहेत. मला नक्कीच खात्री आहे कि या सर्वांमध्ये तो आहे. मी कदाचित इतकी भाग्यवान नसेन तरीही माझी तुमच्याशी भेट झाली. फक्त शेजाऱ्याने सांगितले म्हणून तुम्ही इतक्या दूरच्या यात्रेवर निघालात, कसे?''

''ती उर्जा, ती स्पंदने तुम्ही अनुभवता आहात का?'' त्यांनी मोहनला विचारले. पुढे त्याच म्हणाल्या, ''मला माहिती आहे कि तुम्ही ते अनुभवता आहात. अन्यथा आपली दिंडी सोडून, वारीत चालतांना तुम्ही इतके आनंदी कसे राहू शकता? माझे पतीही असेच करीत असत. त्यांच्या मित्रांनी नंतर मला हे सांगितले. ती प्रचंड शिस्त त्यांना मानवत नसे आणि ते दिंडीतून बाहेर पडत असत. पण मग घरी आल्यानंतर ते त्याच शिस्तीची खूप खूपच स्तुती करीत! त्यांनी ते दिंडीतून बाहेर पडून आणि संपूर्ण वारीभर स्वतंत्रपणे चालत जात असल्याचे मला कधीच सांगितले नाही.''

मग त्या वयस्क बाईंनी समोरून जात असलेल्या सर्व-महिला दिंडीकडे बोट दाखवून म्हटले, ''मी कदाचित त्यांच्यासोबत इतक्या उत्साहाने कधीच चालू शकले नसते. इतके दिवस भजन-नामस्मरण करत राहायला मला कधीच जमले नसते. तरीही मी येथे येते, दरवर्षी येते, त्यांच्याकडे पाहते आणि त्यांची प्रशंसा

करते. माझे पती जी शिस्त, जे धैर्य त्यांच्यात असल्याचे भासवत होते त्याचे प्रत्यक्ष दर्शन या मला घडवतात. म्हणून मला वाटते काय झाले जर तुम्ही दिंडीत सामील नाही होऊ शकलात. त्याची तुमच्यावर जास्त कृपा आहेच कारण तुम्ही इतर खूप साऱ्या लोकांमध्ये विठ्ठलाला पाहू शकता. मी तेच करते. मी येथे बसते. मी त्यांच्या चेहऱ्यावरील तेज आणि डोळ्यातील आनंद टिपते. या प्रत्येकांत मी त्याला पाहते.''

येग येग विठाबाई, माझे पंढरीचे आई ।।१।।

भीमा आणि चंद्रभागा, तुझे चरणीच्या गंगा ।।२।।

इतुक्यासहित त्वां बा यावें, माझे रंगणी नाचावें ।।३।।

माझा रंग तुझे गुणीं, म्हणे नामयाची जनी ।।४।।

- संत जनाबाई

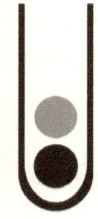

पांडुरंगा विठ्ठला!!!
पांडुरंगाला माझी अनुपस्थिती लक्षात येते का?...

रामेश्वरला खूप राग आला होता. तो निराशही झाला होता. त्याला वारीत जायचे नव्हते, वारकऱ्यांसोबत चालायचे नव्हते. १४ वर्षांच्या या मुलाला तर पुणे जिल्हा आंतरशालेय निवड चाचणीत भाग घ्यायचा होता. त्याने गेले वर्षभर सराव करून स्वतःला या निवड चाचणीसाठी तयार केले होते. वेगवेगळ्या स्पर्धांमध्ये त्याने आपल्या शाळेचे प्रतिनिधित्व केले होते. त्याची कामगिरी चमकदार होती. शाळेला त्याचा अभिमान होता. त्याच्या शाळेचे क्रिकेट कोच व्यंकट सर यांना रामेश्वरकडून मोठ्या अपेक्षा होत्या. शेवटी यावर्षी आपल्या शाळेतला एक मुलगा पुण्याच्या शालेय क्रिकेट टीमचे प्रतिनिधित्व करेल अशी त्यांना खात्री होती. परंतु रामेश्वरचे पालक आता वारीत जाण्याची तयारी करत होते, पुढचे ४-५ दिवस ते वारीसोबत राहण्याच्या विचारात होते.

त्यांच्या कुटुंबाची ती पारंपारिक प्रथाच होती वारीबरोबर जाण्याची आणि वारकऱ्यांची जमेल तितकी सेवा करण्याची रामेश्वराच्या वडिलांनी मुकुंदराव कुलकर्णींनी १०० लोकरी ब्लँकेटस खरेदी केली होती तर त्याच्या कांकानी, रेनकोट, स्लीपर्स, औषधे आणि चटया घेतल्या होत्या. त्याच्या आईने खाण्याच्या सुक्या वस्तुंचे ५०० पॅकेटस तयार केले होते. ते त्यांना वारीत ४-५ दिवस वाटायला पुरले असते. त्यांचे आजोबा श्यामराव कुलकर्णी वारीबरोबर ४-५ दिवस वारीबरोबर थोडावेळ चालणार होते.

रामेश्वरला वाटले आजोबांपुढेच आपले गाऱ्हाणे मांडावे. कुटुंबासोबत वारीत सहभागी होण्याऐवजी आपल्याला क्रिकेट टीमच्या निवड चाचणीत भाग घ्यायला जाऊ देण्यात यावे अशी विनंती त्यांना करावी. असेही देहू-आळंदीहून पंढरपूरला

पायी जाणाऱ्या त्या लाखो लोकांमध्ये माझी अनुपस्थिती कोणाच्या लक्षात येणार आहे. आजोबा चांगल्या मूडमध्ये असल्याचे पाहून धैर्य एकवटून त्याने आजोबांना आपल्याबाजूने वळविण्याचा प्रयत्न केला. आजोबा ऐकत नाहीत हे पाहून त्याने आपला शेवटचा महत्वाचा युक्तिवाद वापरला – वारीत शंभर हजार इतकी माणसे असतांना माझे नसणे कोणाच्या लक्षात येणार आहे?

या युक्तिवादाने काम केल्याचे दिसले कारण आजोबांनी कुटुंबातील इतरांशी चर्चा करण्याचे मान्य केले. वारीत निघण्यापूर्वी त्याचे संपूर्ण कुटुंब विचारविनिमयासाठी एकत्र आले होते. त्यात त्याचे आईवडील, आजोबा, काका आणि त्याच्या मोठ्या बहिणीही होत्या. तो जेवणाच्या टेबलापासून दूर आपली क्रिकेट कीट तपासात असल्याचे भासवत बसला होता. त्याचे वडील आणि आजोबा आपसात त्याच्या वारीत येणाच्या अनिच्छेबदल चर्चा करत होते. शेवटी आजोबांनी त्याचा सर्वोकृष्ट युक्तिवाद मांडला, त्याची अनुपस्थिती कोणाच्या लक्षात येणार असे त्याचे म्हणणे आहे. त्याच्या काकांना रामेश्वरचे क्रिकेट खेळणे आणि इतर छंदही फारसे आवडत नव्हते तरीही हे वाक्य ऐकल्यावर त्याच्या काकांसह सर्वजण हसायला लागले. रामेश्वरच्या आईलाही या बोलण्याचे खूप हसू आले. ती म्हणाली, ''हा हा...त्याला माहितीच नाही...कोण त्याच्या नसण्याची दखल घेईल. ठीक आहे. जाऊ द्या त्याला क्रिकेट खेळायला. वारीतील आपल्या अनुपस्थितीबद्दल तो स्वतः शिकेल.''

मुकुंदराव रामेश्वरला, त्यांच्या मुलाला म्हणाले, ''तू आता मोठा झालायेस. तुझे निर्णय तू स्वतः घेऊ शकतोस. सर्वप्रथम तर आजोबांना यात ओढण्याची काहीच गरज नव्हती. तू सरळ माझ्याशी किंवा तुझ्या आईशी बोलू शकला असतास. असो. जाऊ दे. तू तुझ्या क्रिकेट निवड चाचणीला जा. शेवटी एवेढे पैसे खर्च करून तुला ही क्रिकेट कीट घेऊन दिली ती कशासाठी? गेले वर्षभर तू याच दिवसासाठी सराव करतो आहेस, गेल्या काही सामान्यांमध्ये तुझा खेळही चांगला झालेला आहे. त्यांचे हे बोलणे चालू असतांनाही त्याच्या आजोबांसह सगळे त्याच्याकडे पाहत हसत होते. त्याच्या वडलांच्या परवानगीला दुजोरा देत त्याची आईही म्हणाली, ''तू तुझ्या क्रिकेटकडे जा, वारीबद्दल चिंता करण्याची काही

गरज नाही. शेवटी तू म्हणतोच आहेस ना कि तुझी अनुपस्थिती कोणाच्या लक्षात येणार नाही.''

त्याच्या युक्तिवादावर सगळे हसत का होते हे त्याला कळले नाही त्यामुळे तो थोडासा गोंधळला परंतु वारीपासून सुटका मिळाली याचा मोठा आनंदही त्याला झाला. त्याच्या घरचे जवळपास तासाभरात वारीसाठी निघणार होते. त्याने आपली क्रिकेट कीट, रनिंग शूज, ट्रेक सूट आणि आणखीही जे जे आवश्यक सामान होते ते घेतले आणि तो घरातून निसटला. निवड चाचणी होणार होती ते मैदान घरापासून जवळच होते म्हणून तो पायीच तेथपर्यंत गेला. दुसरी मुले आधीच आलेली होती. त्याला यायला उशीर झाल्यामुळे व्यंकट सर यांनी त्याच्याकडे एक रागयुक्त कटाक्ष टाकला. तेथे इतर शाळेचे क्रिकेट कोचही आलेले होते. जिल्हा क्रिकेट मंडळाची निवड समिती नोट्स लिहिण्यात व्यस्त होती.

व्यंकट सर यांनी लगेच त्याला नेटकडे नेले. त्याला तयार व्हायला सांगितले आणि सर्वप्रकारच्या बोलर्सपुढे त्याला बॅटिंग करायला लावली. वेगवान, मध्यम गतीच्या आणि फिरकी गोलंदाजांना त्याने तोंड दिले. सुरुवातीला तो आपली विकेट सांभाळून सावधपणे खेळला पण एकदा नजर बसल्यावर मैदानाच्या चारही बाजूंना त्याने फटकेबाजी केली. शेवटी पैशाने विकत घेता येईल अशी सर्वोत्तम बॅट आणि क्रिकेट कीट त्याच्याकडे होती. त्याला सर्वोत्तम प्रशिक्षण मिळाले होते आणि मैदानावर आपण सर्वोत्तम आहोत असा आत्मविश्वासही त्याच्यात ठासून भरलेला होता. व्यंकट सर यांच्या चेहऱ्यावर आता हास्य दिसत होते.

त्याने लेदरच्या बॉलला फटका मारला कि त्याच्या बॅटमधून गोड आवाज निघत होता. तो स्पष्ट, तीक्ष्ण आणि मोठा आवाज निवडकर्त्यांनाही ऐकू जात होता. त्याच्याच बाजूच्या नेटला आणखी एक मुलगा खेळत होता, तोही चेंडू जोराने टोलावत होता परंतु त्याच्या बॅटमधून याच्या बॅटसारखा मोठा आवाज येत नव्हता. रामेश्वरने तिरस्कारयुक्त नजरेने त्याच्याकडे पाहिले कारण त्या मुलाचे कपडे मळलेले होते आणि त्याची बेट खूपच जुनी दिसत होती. तो आपला सर्वोत्तम प्रयत्न करत होता, त्यानेही आपली विकेट सांभाळली होती. त्याने कितीही जोरात चेंडू टोलावला तरीही दोघांच्यातला फरक स्पष्टपणे दिसून येत होता.

बॅटिंगसाठीची त्यांच्या दोघांची वेळ संपली. रामेश्वर आणि तो बेढब दिसणारा मुलगा दोघेही तंबूकडे परतू लागले. रामेश्वर आपल्या शाळेच्या तंबूत परतला तर तो मुलगा मोकळ्या जागेत बसलेल्या त्याच्यासारख्याच दिसणाऱ्या इतर मुलांमध्ये जाऊन बसला. रामेश्वरने आपल्या कोचला विचारले, ''सर, ही मुले अशी उघड्यावर का बसली आहेत? यांच्या शाळेने यांच्यासाठी आपल्यासारखा तंबू उभारला नाहीये का?'' यावर व्यंकट सर म्हणाले, ''नाही. ही मुले काही पुण्यातल्या एकाच शाळेची नाहीत. ती ग्रामीण भागातून आलेली आहेत. वेगवेगळ्या गावांतील वेगवेगळ्या शाळांमधून त्यांची निवड करण्यात आलेली आहे. हा तंबू त्यांच्यासाठी आहे ज्यांनी आपल्या शाळेतून मुले आणली आहेत.''

खेळाडूंच्या निवडीची घोषणा होण्यास अजून अवकाश होता. ते सुरुवातीला तीस मुलांची यादी जाहीर करणार होते आणि त्यानंतर निवड प्रक्रियेची आणखी एक फेरी होणार होती. या फेरीत मग ते शेवटचे पंधरा खेळाडू निवडणार होते. या प्रक्रियेला उशीर लागेल असे पाहून रामेश्वरला वाटले थोडे बाहेर फिरून काही खाऊन यावे. म्हणून मग तो मैदानाबाहेर लागलेल्या खाद्यपदार्थांच्या स्टॉल्समधून फेरी मारायला गेला. तेथे साधी वडापाव, मिसळ पाव इत्यादी विकणारी दुकाने होती. एक जरा बऱ्या दुकानात साधा पिझ्झा आणि बर्गरही होते. त्याला वाटले हेच चांगले राहील. पुढचे ४-५ दिवस स्वतःची काळजी घ्यायला त्याला बऱ्यापैकी पैसे देण्यात आले होते. सध्या तो आपल्या मनाचा राजा होता आणि स्वतःला पिझ्झाची मजा घेऊ देणे त्याला सहज परवडण्यासारखे होते.

त्याच्या शाळेतली आणि इतर 'तंबू'तली मुले वेगवेगळ्या दुकानांवर गर्दी करत होती. रामेश्वर मात्र त्याच्याकडे असलेल्या पैशाचा आणि त्यातील किती पैसे तो 'चांगल्या' आणि किती 'साधारण' खाद्यपदार्थांवर खर्च करू शकतो याचा हिशेब करत होता. सुरुवात मात्र चांगली करावी असे म्हणून त्याने एक पिझ्झा आणि कोकची ऑर्डर दिली. याचवेळी त्याने पाहिले कि पूर्वीचा तो बेढब मुलगा प्रत्येक हॉटेलसमोरील खाद्यपदार्थांच्या किमतींची यादी पाहत चालला आहे. मग तो त्या फूडमॉलमधून बाहेर पडून फुटपाथवर बसलेल्या एका केळी विकणाऱ्याकडे गेला आणि त्याने दोन केळी विकत घेतली. ती केळी घेऊन तो नेमका त्याच टेबलवर

येऊन बसला जेथे रामेश्वर आपला पिझ्झा आणि कोक घेऊन एकटाच बसला होता.

रामेश्वरला दडपण आले. त्याच्या आईने त्याला सांगितले होते कि एकटे खाऊ नये, नेहमी दुसऱ्यासोबत वाटून खावे. आता हा ग्रामीण भागातला मुलगा, दोन केळी घेऊन, ज्याच्याकडे पैशांच्या नावाने ठणठणाटच असणार, त्याच्या समोर येऊन बसला होता. त्याच्यासमोर त्याचा आवडता पिझ्झा आणि कोक होते आणि मनात दुविधा होती – देऊ कि नको! देऊ कि नको!! मनातील दुविधेवर मात करत रामेश्वरने पिझ्झाचे दोन तुकडे केले आणि त्यातला एक त्या बेढब मुलाला देऊ केला. त्यावर तो मुलगा म्हणाला, ''भाऊ, धन्यवाद. पण हे काय आहे मला माहित नाही. पिझ्झा हे नाव तर मी ऐकले आहे पण ते शाकाहारी आहे कि मांसाहारी हे मला माहित नाही. असे चमचमीत पदार्थ खाण्याची मला सवय नाही. आणि महत्त्वाचे म्हणजे आज वारीचा पहिलाच दिवस आहे म्हणून मी स्वतःसाठी ही दोन केळी आणली आहे. माझ्या आईवडिलांनी मला सांगितलेले आहे कि फक्त 'चांगले' अन्नच खा म्हणून!''

रामेश्वरला आपल्या आईने आपल्या तोंडात मारली आहे असे वाटले. त्याचे आईवडील, काका आणि आजोबांनी सकाळपासून काहीच खाल्लेले नव्हते, आधी संत ज्ञानेश्वरांच्या पालखीचे दर्शन करू आणि मग काहीतरी साधे अन्न घेऊ असे त्यांनी ठरविले होते. असो, या मुलाला कुठे माहित आहे कि माझे कुटुंबही वारीत जाणार आहे, असा विचार करून तो शांत राहिला. असाही तो संपूर्ण पिझ्झा खाणे त्याला शक्य नव्हते. तो मुलगा काहीतरी म्हणाला आणि हा आपल्या विचारांच्या तंद्रीतून बाहेर आला, ''भाऊ, यातले एक केळ तू घे. मी आणखी आणून घेईन. माझ्या घरच्यांनी मला सांगितलेले आहे कि ११ वाजता प्रार्थना होईल त्यानंतर मी काहीतरी खाऊ शकतो.''

त्या मुलाचा प्रामाणिकपणा पाहून रामेश्वर विचारात पडला. तो थोडावेळ शांत झाला मग म्हणाला, ''तू कोठून आला आहेस? तुझ्याकडे ही इतकी जुनी बॅट का आहे, हिच्याने तुला नीट स्ट्रोकही मारता येत नव्हता? तू संपूर्ण चाचणी दरम्यान तुझी विकेट टिकवून ठेवली खरी परंतु या बॅटने निवडकर्त्यांना प्रभावित करणे

अशक्य आहे.'' यावर तो मुलगा म्हणाला, ''माझे नाव गोविंदा. मी जुन्नरचा आहे. माझ्या शाळेची एक चांगली क्रिकेट टीम आहे, आम्ही काही प्रादेशिक स्पर्धाही जिंकल्या आहेत. माझ्या शाळेने आमच्या संघातील काही खेळाडू कांगा लीगमध्ये खेळणाऱ्या काही कंपन्यांच्या निवड चाचणीसाठी पाठविले आहेत. त्या कंपन्यांत निवड झाल्यास त्यांना तेथेच मुंबईत नोकरीही मिळेल. त्यांना चांगल्या बॅटींची आणि चांगल्या क्रिकेट किट्सची जास्त गरज होती म्हणून मला शाळेची सगळ्यात जुनी बॅट मिळाली आहे.''

याच्या टीममधली मुल कांगा लीगच्या निवड चाचणीसाठी निवडली गेली म्हणजे हा काही साधासुधा खेळाडू नक्कीच नाही असा विचार करून रामेश्वरने प्रश्न केला, ''मग, तुला नोकरीची गरज नाहीये का? मुंबईला कांगा लीगसाठी जायचे सोडून तू येथे आंतरशालेय संघात निवडले जाण्यासाठी का धडपडतोय?'' यावर बेढब गोविंदा उत्तरला, ''मलाही वाटत होत त्यांच्या बरोबर जाव म्हणून पण मी नाही गेलो. माझ्या घरचे सगळे वारीला जायला निघाले आहेत, ते आज आळंदीला पोहोचतील. मी आज त्यांना पुण्यात भेटेल. अशीही माझी निवड होणार नाही हे जवळपास निश्चित आहे. माझ्याकडे काही खूप चांगली बॅट नाही आणि मी काही शहरातल्या मुलांसारखा दिसतही नाही. मी कितीही चांगला खेळू शकत असलो तरी मी शहरी शाळेतील मुलांबरोबर स्पर्धेत टिकू शकत नाही. माझ्या आईवडिलांच्या समाधानाखातर मी येथपर्यंत आलो. मी एक चांगला खेळाडू आहे आणि चांगला खेळू शकतो हे मला माहित आहे पण पांडुरंगाची मर्जी काही औरच असेल तर आपण काय करू शकतो?''

''काय म्हणालास 'पांडुरंगाची मर्जी?' यात पांडुरंगाचा काय संबंध? तुझी निवड व्हावी यासाठी तू चांगल्याप्रकारे प्रयत्न केला पाहिजे. तू तुझे काम नीट केले नाहीस तर त्यात देव काय करेल?'' रामेश्वरने त्याला खडसावून विचारले.

बेढब गोविंदा मात्र हसला, आभाळाकडे पाहून वर हात केले आणि निघून गेला. रामेश्वरने आपला पिझ्झा आणि कोक संपवला आणि आपल्या शाळेच्या तंबूत परतला. मिस्टर व्यंकट जेवण करत होते. त्यांनी सर्व मुलांना आपल्या क्रिकेट कीट नीट तपासून घ्यायला आणि निवड चाचणीच्या दुसऱ्या फेरीसाठी तयार

राहायला सांगितले. रामेश्वरने गोविंदा कोठे दिसतो का म्हणून बाहेर पाहिले तर तो मैदानावर उन्हात असा आनंदात बसला होता जसा वातानुकूलित चित्रपटगृहात बसला आहे!

दुसऱ्या निवड चाचणीसाठी तीस मुलांच्या नावांची घोषणा करण्यात आली. त्यांना एका रांगेत उभे करण्यात आले. रामेश्वर गोविंदाच्या मागेच उभा राहिला. गोविंदाने हसून त्याच्याकडे पाहिले आणि म्हणाला, ''पाहिलेस, तू मला पांडुरंग काय करणार म्हणून विचांरत होतास ना? तो सारे पहात असतो, त्याला सगळे माहित असते. त्याला माहित आहे मी वारीत नाही म्हणून. त्याला मी इथें क्रिकेट टीममध्ये नको आहे. लक्षात ठेव फाईनल १५ मध्ये मी नसणार. माझी जागा वारीतच आहे आणि तेथेच मी माझ्या प्रयत्नांची पराकाष्ठा करीन.''

रामेश्वरला पुन्हा आईने आपल्याला तोंडात मारल्याचा भास झाला. त्याने आपले डोळे बंद केले. त्याला आई दिसत होती. ती हसत होती. ती म्हणाली,''माझ्या बाळा, काळजी करू नको. तू खेळ. तुझी गैरहजेरी कोणाच्या लक्षात येणार आहे? संघात तुझे स्थान मिळव. तुझ्या क्रिकेटसाठी तुझ्या वडिलांनी खूप पैसे खर्च केलेत. त्या पैशांचा उपयोग होऊ दे.'' ते दोघे, गोविंदा आणि तो, पुन्हा एकमेकांजवळ होते, यावेळी तिसऱ्या फेरीत बॅटिंग करण्यासाठी.

गोविंदाला कळणार नाही अशारीतीने त्याने पुन्हा गोविंदाकडे पाहिले. त्याचे बूट क्रिकेटचे नव्हते. त्याने बुटांना पांढरा रंग वगैरे मारून ते क्रिकेटचे भासविण्याचा केविलवाणा प्रयत्न केला होता पण तो खचितच फसला होता. त्याची विजार त्याच्या मापाच्या दुप्पट होती आणि बहुतेक त्याने ती कोणाकडून तरी उसनी घेतली होती. त्याचे ग्लोव्हज आणि पॅड फाटलेले होते. त्यांच्यावर चिकटवलेल्या सफेद पट्ट्या मळल्यामुळे सहज ओळखू येत होत्या. त्याची बॅट तर कोण्या एका युगाची वाटत होती, कित्येक युगे वापरलेली!

रामेश्वर आपल्याकडे पाहतो आहे हे गोविंदाच्या लक्षात आले, त्याने हसून रामेश्वरकडे पाहिले आणि म्हणाला, ''तू माझ्या कीटकडे पाहतो आहेस ना? मला माहितीये माझी कीट फारशी चांगली नाहीये. तरीही मी शेवटच्या तीसमध्ये आहे याचा अर्थ तिच्यात काहीतरी दम असेलच ना! मी माझ्या परीने पूर्ण प्रयत्न

करीनच रे तरीही माझी निवड होणार नाही. ठीक आहे. प्रयत्न केल्याचे समाधान मला मिळेलच. मग मी वारीत जाईन. माझ्या आईवडिलांना भेटेन आणि त्यांना सांगेन कि मी पूर्ण प्रयत्न केला पण पांडुरंगाची इच्छा वेगळी होती. मग तेही समजून घेतील.''

व्यंकट सर या दोघांच्या बाजूलाच उभे होते आणि त्यांनी यांचे संपूर्ण संभाषण ऐकले होते. एका क्षणात रामेश्वरने निश्चय केला आणि व्यंकट सरांकडे पाहिले. त्यांनी अंदाज बांधला असेल आणि कदाचित त्यांना कळून चुकले कि आता काय होऊ शकते.

रामेश्वर गोविंदाला म्हणाला, ''ही घे माझी बॅट आणि माझी कीट. जा आणि तुझा सर्वोत्तम खेळ दाखव. मी तुझ्यानंतर दुसऱ्या नेटमध्ये खेळेन. लक्षात ठेव मी माझी कीट परत घेईन. तुला मिळालेली ही सर्वोत्तम संधी आहे. तू वारंवार मला सांगतो आहेस कि वारीतली तुझी अनुपस्थिती पांडुरंगाच्या लक्षात येईल. हे काही शक्य नाहीये. तू जेथे आहेस तेथेच तुला तुझी सर्वोत्तम कामगिरी पार पाडावी लागेल आणि यामुळेच तो खूष होईल. पांडुरंग विठ्ठलाबद्दल परत परत बोलू नकोस.''

बेढब गोविंदाच्या डोळ्यात अश्रू तरळले. त्यांनी पटकन आपल्या कीट्स बदलल्या. गोविंदा मैदानावर आपल कसब दाखवायला गेला. मिस्टर व्यंकट यांनी रामेश्वरऐवजी त्यांच्याच शाळेच्या दुसऱ्या मुलाला पाठविले. त्या दोघांनी गोविंदाला सगळ्या बोलर्सची अगदी जोरदार धुलाई करतांना पाहिले. त्याच्या बॅटिंगमधला फरक स्पष्ट जाणवत होता. त्याचा आत्मविश्वास आता ओसंडून वाहत होता. व्यंकट सरांनी रामेश्वरला तुला नेटच्या दुसऱ्या राउंडमध्ये खेळायचे आहे का म्हणून विचारले.

रामेश्वर म्हणाला,''नाही सर, त्या मुलाकडेच राहू देत माझी किट, फार चांगला खेळाडू आहे तो, सर, मला माफ करा, सिलेक्शन ट्रायलमध्ये मला भाग घ्यायचा नाही, त्यापेक्षा मी माझ्या घरातल्यांना वारीत जाऊन गाठतो. ते माझी वाट पहात असतील. प्लीज, गोविंदला सांगा की क्रिकेट किट त्याच्याकडेच राहू देत. मी माझ्या किट बॅग्ज, माझे स्पोर्ट शूज आणि ट्रॅक सूट सुध्दा त्याच्यासाठी इथे ठेवतो, वारीमध्ये त्यांचा काही उपयोग नाही. त्याला सांगा माझ्याशी सेलफोनवर

बोलायला. त्याच्या घरातल्यांची नावे कळवायला म्हणजे दिंडीत त्यांना शोधता येईल मी त्यांना भेटेन आणि तो येऊ शकणार नाही म्हणून सांगेन. नाहीतरी कोणाच्या लक्षांत येणार आहे तो वारीत नाही म्हणून.''

काही तासातच रामेश्वर आळंदीजवळ होता. त्याने त्याच्या बहिणीला फोन केला आणि ते सगळे कोठे आहेत हे विचारून घेतले. त्याचे संपूर्ण कुटुंब एका स्टॉलवरून वारकऱ्यांना वेगवेगळ्या प्रकारची मदत पुरवत होते. त्यांनी वारकऱ्यांसाठी आणलेल्या सर्व वस्तू आधीच वाटून झाल्या होत्या. त्याच्या आजोबांचे वारीसोबत दोन तासाचे चालणेही पूर्ण होत आले होते.

रामेश्वर परत आल्याचे पाहून कोणालाच आश्चर्य वाटले नाही. त्याचे काकांच नाही तर त्याचे आईवडीलही त्याच्याकडे पाहून हसत होते. त्याचे आजोबा, श्यामराव, स्टॉलवर आले, त्यांनी त्याला त्याच्या परिवारासोबत पाहून विचारले, काय रे काय झालं? तुझी निवड झाली नाही का?''

''माझी निवड होणारच होती तेवढ्यात मी माझी क्रिकेट कीट, बॅग, शूज, ट्रेक सूट सारं काही जुन्नरच्या एका मुलाला देऊन टाकले. तो खूप चांगल खेळत होता परंतु त्याच्याकडे चांगली कीट नव्हती. रामेश्वर सांगत होता, त्याचे आईवडीलही वारीत आहेत. तो म्हणत होता कि त्याची निवड होणार नाही मग तोही वारीत त्याच्या आईवडिलांसोबत पंढरपूरला पायी जाईल. पांडुरंगाला वारीतील त्याची अनुपस्थिती लक्षात आली आहे म्हणून तो त्याची निवड होऊ देणार नाही. त्याला माहित नव्हते कि तो किती चांगला खेळाडू आहे. मग मी त्याला माझी संपूर्ण क्रिकेट कीट देऊन टाकली.''

रामेश्वरला वाटले आता ते सर्वजण त्याच्यावर रागावतील आणि त्याचे वडील नेहमीसारखे कसे तू आम्ही तुझ्या क्रिकेटवर खर्च केलेले एवढे पैसे वाया घालवले असे म्हणतील. पण असे झाले नाही. उलट सर्वजण त्याच्याकडे कौतुकाने पाहत राहिले, सर्वांच्या चेहऱ्यावर स्मित होते. त्याची आई म्हणाली, रामेश्वरा, ओ रामेश्वरा, तू विचारात होतास ना कि वारीत तुझे नसणे कोणाला समजणार आहे? बघ! पांडुरंगाला सर्वकाही माहित असत! तू जेथे असणे आवश्यक होते तेथे तू आलास आणि तो मुलगा जेथे असणे आवश्यक होते तेथे तो आहे. त्याच्या

आईवडिलांना तो वारीत नाही तर क्रिकेटमध्ये असावा असेच वाटत होते. त्यांच्या मुलाने क्रिकेटमध्ये मोठे नाव कमवावे म्हणून तर ते त्याला घरी सोडून गेले होते ना? तू त्याला मदत केलीस आणि त्यांचे आशीर्वाद प्राप्त केलेस. पांडुरंगाच्या कामात लपविण्यासारखे काही नाही!

लेखकाचा परिचय

डॉ. भारत भूषण

मुंबई विद्यापीठातून पक्षीशास्त्र विषयात M.Sc. व Ph.D. पर्यावरण शास्त्रातील प्राध्यापक. भारतातील पौराणिक संस्कृती व विज्ञानाच्या शोधाच्या सांगडबद्दल त्यांचे विविध ब्लॉगज् (Blogs) आहेत. संशोधनाला आवश्यक असलेली चिकाटी त्यांच्यामध्ये बघावयास मिळते. असामान्य कथांची स्वप्ने ते पहातात व लेखक म्हणून सर्वसाधारणपणे शब्दरूप करतात. सर्व व्यक्तींमध्ये एक कथा दडलेली असते अशी त्यांची दृढ श्रद्धा आहे व ते सतत याच्या शोधात असतात. दक्षिणेतील श्रीलंकेच्या कटारगामा तीर्थक्षेत्रापासून व भारतातील रामेश्वरम् कडून हिमालयातील केदारनाथपर्यंत ज्योतीर्लिंग व नदीस्तोत्राच्या विज्ञानाधिष्ठीत ज्ञानमार्गाच्या शोधातील ते यात्रेकरू आहेत.

अनुवादकाचा परिचय

श्रीमती जयश्री ज. भोसले

८४ वर्षांच्या श्रीमती जयश्री ज. भोसले (ज. १९३१) या पारंपारिक राजघराण्यातील असून त्या स्वखुषीने गृहिणी आहेत. पुण्यातील हुजुरपागा गर्ल्स स्कूलच्या विद्यार्थिनी असून त्यांनी राजाराम महाविद्यालय, कोल्हापूर येथून विज्ञानशाखेत पदवीधर व शिक्षण शाखेत पदव्युत्तर पदवी संपादन केली आहे. उत्सुक वाचक असल्यामुळे त्यांनी कथा पांडुरंगातील लघुकथांचा इंग्रजीतून मराठीत अनुवाद करण्यास मदत केली. त्यांनी संपूर्ण अनुवाद एका आठवड्यात संगणकाचा वापर न करता स्वत: लिहून पूर्ण केला.

परीक्षित सूर्यवंशी

परीक्षित सूर्यवंशी हे व्यवस्थापन शास्त्रातील पदव्युत्तर पदवी धारक असून वन्यजीव आणि पर्यावरण संवर्धन या विषयांत त्यांना विशेष रुची आहे. या विषयांतील अनेक तज्ञांच्या मुलाखती त्यांनी घेतलेल्या आहेत. त्यांचे अनुवादित लेख आणि मुलाखती नावाजलेल्या प्रकाशनांमध्ये छापून आलेले आहेत. चक्रीवादळ, भूकंप, पूर इत्यादींसारख्या आपत्तींचा सामना कसा करावा या विषयावरील करूया धैर्याने संकटांशी सामना ही त्यांची पुस्तिका भाष्य प्रकाशन तर्फे प्रकाशित करण्यात आलेली आहे. याचबरोबर विविध सामाजिक आणि आरोग्यविषयक विषयांवरही त्यांनी अनेक लेख लिहिलेले आहेत. ते ३१ वर्षांचे असून सध्या औरंगाबाद येथे वास्तव्यास आहेत. त्यांनी घेतलेल्या मुलाखती आणि अनुवादित केलेले लेख वाचण्यासाठी खालील ब्लॉगला भेट द्या : http://parikshitsuryavanshi.blogspot.in/